മിന്നാമിന്നി

ദുർഗ മനോജ്

ആറ്റിങ്ങൽ സ്വദേശിനി. മനഃശാസ്ത്രത്തിൽ ബിരുദാനന്തര ബിരുദം. ഉള്ളൂർ സർവ്വീസ് സഹകരണ ബാങ്കിന്റെ സെക്രട്ടറി ഇൻ ചാർജ് ആയി പ്രവർത്തിച്ചു. പ്രചോദനാത്മക പുസ്തകങ്ങളായ വിജയം നിങ്ങളുടേതാണ്, ജയിക്കണം എനിക്ക്, ആകാശത്തിനും ഉയരെ, മറികടക്കാം- മൊബൈൽഫോൺ ആസക്തി, വാത്മീകി രാമായണം: ആദികാവ്യത്തിന്റെ സംക്ഷിപ്ത ഗദ്യപരിഭാഷ, ബാലസാഹിത്യ നോവലുകളായ കുഞ്ഞനിലയും ആൽമരവും, ഉത്തരധ്രുവത്തിൽ നിന്നൊരു കുഞ്ഞു മേഘം, സ്നേഹക്കൂട്ട് എന്നിവയാണ് പ്രസിദ്ധീ കരിച്ച കൃതികൾ.

ഭർത്താവ്: മനോജ് എം. പി.
മക്കൾ: ശിവാനി എം., ഹരി നാരായണൻ എം.

വിലാസം:
ജാനകി വില്ല, പാലസ് റോഡ്
ആറ്റിങ്ങൽ 695101
durga_atl@yahoo.com

ദുർഗ മനോജ്

മിന്നാമിന്നി

ബാലനോവൽ

മാക്സ് ബുക്സ്
2023

വില: 160 രൂപ

Minnaminni
By Durga Manoj
Malayalam Childrens Literature

Published by:-
MAX BOOKS
Maxlive Media Solutions Pvt Ltd.
Muppathiyil Building, Muttambalom Post,
Kanjikuzhy, Kottayam 686 004
maxlivemediasolutions@gmail.com
maxbookskerala@gmail.com
Ph: 90740 98776

Edition:
First Editon January 2023
Copies: 1000
Price: Rs. 160

ISBN: 978-93-91085-71-1

പ്രസാധകക്കുറിപ്പ്

കുഞ്ഞുങ്ങൾ മയക്കുമരുന്നിന് അടിമകളാകുന്നു എന്ന വാർത്ത കേൾക്കുമ്പോൾ കൈകാലുകൾ വിറയ്ക്കുകയാണ്. നിയമസംവിധാനങ്ങൾ ഉപയോഗിച്ച് ഇതു ശക്തിയുക്തം ചെറുക്കേണ്ടിയിരിക്കുന്നു. കൊച്ചുകുട്ടികൾക്ക് ഇത് എത്തിച്ചു നൽകുന്നവർക്ക് മേലുള്ള ശിക്ഷകൾ ഇരട്ടിയാക്കണം. ഇതൊരു സാംസ്ക്കാരിക യുദ്ധം കൂടിയാണെന്നു പറയാതെ വയ്യ. കൗമാരക്കാരിൽ നിന്നും ആരംഭിച്ചിരുന്ന ലഹരി ഉപയോഗം ഇന്നു സ്കൂളുകളിലേക്ക് കടന്നിരിക്കുന്നുവെന്നത് ശരിക്കും ഞെട്ടിക്കുന്നു. ഓമനിച്ചു വളർത്തുന്ന നമ്മുടെ പുന്നാരകളെയാണല്ലോ ഈ നരാധമന്മാർ ലക്ഷ്യമിടുന്നത് എന്നത് പ്രതിരോധത്തിന്റെ കോട്ട പണിയാൻ നമ്മെ നിർബന്ധിതരാക്കുന്നു. ഈ ബാലനോവൽ അത്തരത്തിലൊന്നാണ്. പ്രചോദനാത്മക കൃതികളിലൂടെ മലയാളത്തിൽ അറിയപ്പെടുന്ന എഴുത്തുകാരിയായ ദുർഗ മനോജിന്റെ തൂലികയിൽ ഈ പിറന്ന ഈ സൃഷ്ടി അവതരിപ്പിക്കുന്നതിൽ ഞങ്ങൾ അഭിമാനിക്കുന്നു. ലഹരിക്കെതിരേയുള്ള യുദ്ധത്തിൽ ഈ സർഗസാഹിത്യം ഉദിച്ചുതന്നെ നിൽക്കും. അതിൽ പങ്കാളിയാവാൻ എല്ലാവരെയും ക്ഷണിക്കുന്നു.

അജീഷ് ചന്ദ്രൻ

പ്രസാധകൻ

ലഹരി വിരുദ്ധ പ്രതിജ്ഞ

മാനവരാശിയെ തകർക്കുന്ന മാരക വിപത്താണ് മയക്കുമരുന്ന്
എന്ന യാഥാർത്ഥ്യം ഞാൻ തിരിച്ചറിയുന്നു.
ലഹരി വസ്തുക്കളുടെ ഉപയോഗം അത് ഉപയോഗിക്കുന്ന
വ്യക്തിയോടൊപ്പം കുടുംബത്തെയും സമൂഹത്തെയും
പൂർണ്ണമായും നശിപ്പിക്കുമെന്നും ഞാൻ മനസ്സിലാക്കുന്നു.
ഞാനും എന്റെ സമൂഹവും ലഹരിയിൽ വീഴാതിരിക്കാനുള്ള
എല്ലാ ശ്രമങ്ങളും ഞാൻ നടത്തും.
ജീവിതമാണ് ലഹരി എന്ന ആശയം
എന്റെ ജീവിതത്തിൽ പകർത്തുന്നതിനൊപ്പം
മറ്റുള്ളവരുടെ ജീവിതത്തിൽ ഈ ആശയം പകർത്തുന്നതിന്
ഞാൻ പ്രയത്നിക്കുകയും ചെയ്യും.
ലഹരിമുക്ത നവകേരളം പടുത്തുയർത്തുവാൻ
എന്റെ എല്ലാ കഴിവുകളും വിനിയോഗിച്ച്
പ്രവർത്തിക്കുമെന്നും
ഞാൻ ഇതിനാൽ
പ്രതിജ്ഞ ചെയ്യുന്നു.

ആമുഖം
എന്റെ മിന്നാമിന്നി, ഇനി നിങ്ങളുടേത്

രണ്ടായിരത്തി പതിനഞ്ചിൽ എഴുതി പകുതിയാക്കി വെച്ചതാണ് ഈ ചെറിയ പുസ്തകം. അന്നത് എന്തുകൊണ്ടോ പൂർത്തിയാക്കാൻ സാധിച്ചില്ല. പിന്നീടു തോന്നി, ലഹരിമരുന്ന് നമ്മുടെ കുഞ്ഞുങ്ങൾക്ക് ഒരു ഭീഷണിയേ അല്ല എന്ന്. നിരന്തരം അവർ കാണുന്ന ലഹരി വിരുദ്ധ പ്രചരണങ്ങൾ കുട്ടികളിൽ നല്ല മാറ്റങ്ങൾ സൃഷ്ടിക്കുമല്ലോ എന്നായിരുന്നു എന്റെ ചിന്ത. അതിനാൽ, ഇനി എന്തിനാണ് ലഹരിവിരുദ്ധ സന്ദേശമടങ്ങുന്ന ഒരു പുസ്തകം എന്നായിരുന്നു ചിന്ത. അക്കാലങ്ങളിൽ മയക്കുമരുന്നുമായി ബന്ധപ്പെട്ടു പുറത്തുവന്നിരുന്ന വാർത്തകളും തുലോം കുറവായിരുന്നു. എന്നാൽ കോവിഡിനു ശേഷം, ലോക്ക്ഡൗൺ കാലഘട്ടം അവസാനിക്കും മുൻപു തന്നെ മയക്കുമരുന്ന് വേട്ടയാടൽ വാർത്തകൾ നിത്യേനയെന്നോണം പ്രത്യക്ഷപ്പെട്ടു തുടങ്ങി.

ഈ കാലയളവിൽ, തൊഴിൽരഹിതരായിരുന്നവർക്കൊപ്പം തൊഴിൽ നഷ്ടപ്പെട്ടവരുടെ എണ്ണവും വർദ്ധിച്ചു വന്നു. ദിവസവേതനക്കാർക്കു വരുമാനം നിലച്ച അവസ്ഥ. വീടുകളിൽ മുഖത്തോടു മുഖം നോക്കി ഇരിക്കേണ്ടിവരുമ്പോൾ പുകയുന്ന അസ്വസ്ഥത. ഈ അനിശ്ചിതാവസ്ഥയിൽ ആകണം ഒരു വലിയ കൂട്ടം മനുഷ്യർ, പ്രത്യേകിച്ചും യുവാക്കൾ ലഹരിയുടെ പിടിയിൽ അകപ്പെടാൻ തുടങ്ങിയത്.

പണ്ട്, ആളൊഴിഞ്ഞ ഇടങ്ങളിൽ മദ്യപാനവും ചീട്ടുകളിയുമായിക്കഴിഞ്ഞിരുന്നവർ, മദ്യത്തിന്റെ വില വർദ്ധനവും കൂടി പരിഗണിച്ചാവണം കൂടുതൽ നീണ്ടുനിൽക്കുന്ന ലഹരിയിലേക്ക് അന്വേഷണം നീട്ടിയത്. ലോക്ക്ഡൗണിന്റെ ആദ്യ ദിനങ്ങളിൽ വീടുകൾ വാറ്റുപുരയാക്കി മാറ്റുന്ന വാർത്തകൾ കണ്ടു നാം ചിരിച്ചു തള്ളി. സ്കിറ്റുകളും, ട്രോളുകളും ധാരാളം വന്നു. അതിനിടയിലാണ് മയ

ക്കുമരുന്ന്, വെറും കഞ്ചാവല്ല, സിന്തറ്റിക് മയക്കുമരുന്നുകൾ കടന്നു വന്നത്. ഒരു തവണ ഉപയോഗിച്ചാൽ മതി, അതിന്റെ ലഹരിയിൽ നിന്നും പിന്നെ മോചനമില്ല. ഹയർ സെക്കന്ററി സ്ക്കൂളുകളിൽ സ്റ്റാമ്പ് പോലുള്ള ലഹരിമരുന്നുകൾക്ക് വലിയ ഡിമാൻഡ് ആയിരുന്നു കോവിഡ് കാലത്തിനു മുൻപു തന്നെ. അത്തരത്തിൽ ലഹരി രുചിച്ചവർക്കിടയിൽ കടന്നു കയറാൻ വളരെ എളുപ്പമായി പുത്തൻ ലഹരിമരുന്നുകൾക്ക്.

ലഹരിമരുന്ന്, അതുപയോഗിക്കുന്നവരുടെ ബോധത്തെ ഇല്ലാതാക്കുകയാണ് ചെയ്യുന്നത്. ചുറ്റുപാടിനെക്കുറിച്ച് ബോധമില്ലാതാവുക, ബന്ധങ്ങൾ തിരിച്ചറിയാൻ സാധിക്കാതിരിക്കുക, എന്തിന് തൊട്ടടുത്ത് നിൽക്കുന്നത് ജീവനുള്ള ഒരാളാണന്ന ബോധം പോലും ഇല്ലാതാവുക എന്നതാണ് ലഹരി ഉപയോഗം കൊണ്ടു സംഭവിക്കുന്നത്. ഇതുകൊണ്ടു ചില നേട്ടങ്ങൾ ഇല്ലാതില്ല. ഗുണ്ടാസംഘങ്ങൾക്ക് എത്ര നികൃഷ്ടവുമായ, നീചവും നിഷ്ഠൂരവുമായ കൊലപാതകങ്ങൾ നടത്താനുള്ള ധൈര്യം കിട്ടുന്നു. കൊല്ലുന്നത് ഒരു സഹജീവിയെ ആണെന്ന ബോധം നഷ്ടപ്പെട്ടവരാണ് കൊല ചെയ്യുന്നത്. കുറ്റബോധമില്ല, അറസ്റ്റിനേയോ നീതിന്യായ വ്യവസ്ഥയേയോ ഭയമില്ല. ഇത്തരത്തിൽ ലഹരി വിഴുങ്ങിയ ഒരു ജനതയായി നമ്മൾ മാറിയാൽ?

നമ്മുടെ കുഞ്ഞുങ്ങൾ വളർന്നു വരുന്നത് ലഹരിക്ക് അടിമപ്പെടാനായിട്ടാണെങ്കിൽ? അതു തടയാൻ എന്താണു വഴി?

എനിക്കറിയുന്നത് എഴുതുകയാണ്.

എഴുത്തുകാർക്ക്, സാമൂഹ്യ പ്രതിബദ്ധത ആവശ്യവുമാണ്.

സമൂഹത്തിനു നേരെ തിരിച്ചു വെച്ചിരിക്കുന്ന കണ്ണാടിപോലാകണം രചനകൾ.

എന്റെ ആയുധം തൂലികയാണ്.

അദ്ധ്യാപകരും, വിദ്യാർത്ഥികളും അവരുടെ മാതാപിതാക്കളും ആണെന്റെ വായനക്കാർ. അവരിലൂടെ സമൂഹത്തിനെ കാർന്നുതിന്നുന്ന വിപത്തിനെതിരെ ഒരു ചെറിയ മാറ്റം കൊണ്ടുവരാൻ സാധിച്ചാൽ ഈ പുസ്തകം വിജയിച്ചു എന്നുറപ്പിക്കാം.

ഒരു ഹൈസ്ക്കൂളും അവിടത്തെ അദ്ധ്യാപകരും വിദ്യാർത്ഥികളും അവരുടെ ചുറ്റുപാടും ആണ് മിന്നാമിന്നി എന്ന നോവലിന്റെ പരിസരം. ഒരു കൊച്ചു പെൺകുട്ടിയെ നായികയാക്കിക്കൊണ്ട് കഥ പറയുകയാണ്. സമൂഹത്തിലെ ഒരു പ്രശ്നത്തിനെതിരെ ഒരു വ്യക്തി പോരാടുന്നതിലും നല്ലതും മികച്ച ഫലം തരുന്നതും

അതിനെതിരെ പൊതു സമൂഹം ഉൾപ്പെട്ട ഒരു കൂട്ടായ യജ്ഞം ഉയർന്നു വരുമ്പോഴാണ്. കേരളം അതു കണ്ടറിഞ്ഞ സമൂഹമാണ്. പ്രളയകാലം നമ്മൾ നേരിട്ടത് വ്യക്തിപരമായല്ല, സമൂഹം ഒന്നടങ്കം പരസ്പരം സഹായിക്കുകയായിരുന്നു. ഇവിടെ ഈ കഥയിലും ഒരു കേന്ദ്രകഥാപാത്രം ഉണ്ടെങ്കിലും, അവളുടെ കണ്ടെത്തലുകൾ ഏറ്റെടുക്കുന്ന ഒരു കൂട്ടം മനുഷ്യരുണ്ട്. അവർ പ്രായഭേദമന്യേ സമൂഹത്തെ ആക്രമിക്കുന്ന പൊതുവിപത്തിനെതിരെ പൊരുതുകയാണ്. നമ്മുടെ ചുറ്റും മിന്നുക്കുട്ടികൾ ധാരാളുണ്ട്. അവർ ഉണരട്ടെ, ജാഗരൂകരാകട്ടെ, അവരെ കാർന്നുതിന്നാൻ കാത്തുനിൽക്കുന്ന ഭീകരതയിൽ നിന്നും സ്വയം രക്ഷപ്പെടാനുള്ള കരുത്തു നേടട്ടെ. ഒപ്പം അവർക്കു കരുത്തായ്, കാവലായ് സമൂഹം ഒപ്പമുണ്ടാകട്ടെ.

ഇതൊരു പ്രാർത്ഥനയാണ്, വരും തലമുറയോടാണത്, സ്വന്തം പ്രജ്ഞയെ അടിയറവു വയ്ക്കാതിരിക്കുക. ധീരരായി ജ്വലിക്കുന്ന ബുദ്ധിയോടെ, ആത്മാഭിമാനത്തോടെ, ജാഗ്രതയോടെ മുന്നോട്ടു പോവുക.

എന്റെ പ്രിയപ്പെട്ട വായനക്കാർക്ക്, എന്റെ കൊച്ചു കൂട്ടുകാർക്ക് സ്നേഹാശംസകളോടെ,

ദുർഗ മനോജ്

○○

അവതാരിക
ഡോ. ബോബിൻ ശശികുമാർ

ലഹരിമരുന്ന്, മുൻപൊരിക്കലും കേട്ടുകേൾവി ഇല്ലാത്ത വിധം നമ്മുടെ സമൂഹത്തിലേക്കു നുഴഞ്ഞു കയറുന്നതാണു നാം ഇന്നു കാണുന്നത്. സ്ക്കൂൾ വിദ്യാർത്ഥികൾ മുതൽ പ്രൊഫഷണലുകൾ വരെ ലഹരിയുടെ പിടിയിൽ പെട്ടുപോകുന്ന അപകടകരമായ കാഴ്ച നമുക്കു ചുറ്റുമുണ്ട്. ഈ അവസരത്തിലാണ് ലഹരിമരുന്ന് എന്ന വിപത്തിനെതിരെ ദുർഗ മനോജ്, മിന്നാമിന്നി എന്ന പേരിൽ കുട്ടികൾക്കായി ഒരു പുസ്തകം രചിച്ചിരിക്കുന്നത്.

മിന്നാമിന്നി എന്ന ഈ കൃതി, ഒരു ബാലസാഹിത്യ നോവൽ എന്നതിനേക്കാൾ ഉപരി വലിയ സന്ദേശമാണ് സമൂഹത്തിനു നൽകുന്നത്. നാം ഓരോരുത്തർക്കും സമൂഹത്തോടുള്ള കർത്തവ്യത്തെക്കുറിച്ചുള്ള ഓർമ്മപ്പെടുത്തലാണ് ഈ പുസ്തകം. നമ്മുടെ ഒപ്പം നടന്ന്, നമ്മളിൽ ഒരാളായി നമുക്കു ചുറ്റും കാണുന്ന ജീവിതത്തെ ലളിതവും അതി മനോഹരവുമായി എഴുതാൻ ദുർഗ മനോജിന് സാധിച്ചിട്ടുണ്ട്. നിനച്ചിരിക്കാതെ ഉണ്ടാകുന്ന പ്രളത്തിനു മുന്നിൽ നിസ്സഹായരാകുന്ന മനുഷ്യരുടെ സമാനമായ അവസ്ഥയിലൂടെയാണ് ലഹരിമരുന്നിന്റെ കുത്തൊഴുക്കിൽ ഇന്നു നമ്മുടെ സമൂഹം അന്ധാളിച്ചു നിൽക്കുന്നത്. ഈ പുസ്തകം, വരും തലമുറയെ ലഹരിയുടെ നീരാളിപ്പിടിയിൽ നിന്നും എങ്ങനെ രക്ഷപ്പെടുത്താം എന്ന ചിന്ത പങ്കിടുന്നു. അതിനാൽത്തന്നെ, നമ്മുടെ

എല്ലാ വിദ്യാലയങ്ങളിലേയും ഒപ്പം വ്യക്തികളുടേയും ലൈബ്രറിയിൽ ഈ പുസ്തകം ഒരു സ്ഥാനം അർഹിക്കുന്നു.

ദുർഗ മനോജിനും മിന്നാമിന്നിക്കും

എല്ലാ ഭാവുകങ്ങളും നേരുന്നു.

നിങ്ങൾക്ക് ലഹരി ആവശ്യമില്ല.
ആരോഗ്യം സംരക്ഷിക്കുക അതിലൂടെ നിങ്ങളുടെ ഭാവിയും.
നിങ്ങൾ അത് അർഹിക്കുന്നു.

1

മിന്നാമിന്നിയെന്ന പെൺകുട്ടി

ഇതൊരു മിന്നാമിന്നിയുടെ കഥയാണ്. രാത്രിയിൽ പച്ചവെളിച്ചം മിന്നിച്ചു പറക്കുന്ന മിന്നാമിന്നിയെക്കുറിച്ചല്ല കേട്ടോ, ഒരു വികൃതിക്കുട്ടിയുടെ കഥയാണ് ഇത്. മിന്നാമിന്നിയെന്ന് എല്ലാവരും വിളിക്കുന്ന മിന്നുക്കുട്ടി എന്ന മീനുവിന്റെ കഥയാണിത്.

മിന്നു ഒരു മിടുക്കിക്കുട്ടിയാണ്, നിർത്താതെ സംസാരിക്കുന്ന, കിലുകിലാന്ന് പൊട്ടിച്ചിരിക്കുന്ന, ഒരിടത്ത് അടങ്ങിയിരിക്കാതെ ഓടിനടക്കുന്ന, എല്ലാ ഏടാകൂടത്തിലും ചെന്നുപെടുന്ന, ഒരു വികൃതിക്കുട്ടിയാണവൾ.

തുടുത്ത കവിളുകളും, സദാ ജിജ്ഞാസ തുടിച്ചു നിൽക്കുന്ന വിളർന്ന കണ്ണുകളും ഉള്ള മിടുക്കിക്കുട്ടി. നീണ്ട മുടി രണ്ടു വശത്തേക്കും പിന്നിക്കെട്ടി, അതിൽ ചുവന്ന റിബ്ബൺ ചുറ്റി ഓടിനടക്കുന്ന അവളെ കണ്ടാൽ കൊച്ചു പൂമ്പാറ്റയെപ്പോലെ തോന്നും.

തെന്നിത്തെറിച്ചുള്ള ഓട്ടം കാരണമാണ് അവൾക്ക് മിന്നാമിന്നിയെന്നു പേരു കിട്ടിയത്.

മിന്നു നാലാം ക്ലാസിൽ നിന്നും അഞ്ചിലേക്കു കടന്നിട്ടേയുള്ളൂ.

മിന്നുവിന്റെ അമ്മ, അവൾ പഠിക്കുന്ന സ്ക്കൂളിലെ പ്രധാന അദ്ധ്യാപികയാണ്. ശാന്തി എന്നാണ് അമ്മയുടെ പേര്. മിന്നുവിന്റെ അച്ഛൻ എക്സൈസിൽ ഉയർന്ന ഉദ്യോഗസ്ഥനാണ്. രാധാകൃഷ്ണൻ എന്നാണ് അവളുടെ അച്ഛന്റെ പേര്. മിന്നുവിന് ഒരു ഏട്ടനും ഉണ്ട്. മിന്നുവിനെപ്പോലല്ല അവളുടെ ഏട്ടൻ മിഥുൻ. വളരെ ശാന്ത സ്വഭാവം, അധികം സംസാരമൊന്നുമില്ല. കോളേജിലാണ് പഠിക്കുന്നത്. അനിയത്തി എന്നു പറഞ്ഞാൽ ജീവനാണ് ആ ഏട്ടന്.

അവളുടെ നിർത്താത്ത വർത്തമാനത്തിനു മുന്നിലാണ് അവളുടെ ഏട്ടൻ കിഴടങ്ങുക.

ഇവർ മാത്രമല്ല, ഒരാൾ കൂടിയുണ്ട് മിന്നുവിന്റെ വീട്ടിൽ.

അത് മിന്നുവിന്റെ അച്ഛമ്മയാണ്.

ശാരദ ടീച്ചർ എന്ന് എല്ലാവരും സ്നേഹത്തോടെ വിളിക്കുന്ന ടീച്ചറിന്റെ മുറിച്ചമുറിയാണ് മിന്നുക്കുട്ടി.

എല്ലാ വികൃതികൾക്കും മിന്നുവിന് ധൈര്യം കൊടുക്കുന്നതും അച്ഛമ്മയാണ്.

ഇങ്ങനെയുള്ള മിന്നുവിന്റെ കഥയാണ് ഇനിപ്പറയുന്നത്.

അമ്മയുടെ ഒപ്പമാണ് എന്നും മിന്നു സ്ക്കൂളിലേക്കു പോവുക. സത്യത്തിൽ അതത്ര ഇഷ്ടമല്ല അവൾക്ക്.

കാരണം മറ്റൊന്നുമല്ല, വീട്ടിൽ നിന്നും സ്ക്കൂളിലേക്ക് അധികം ദൂരമൊന്നും നടക്കാനില്ല.

വണ്ടിയിൽ ആണ് പോകുന്നതെങ്കിൽ അല്പം ചുറ്റി വളഞ്ഞു വേണം പോകാനെങ്കിലും, വീടിനു മുന്നിലെ റോഡ് മുറിച്ചുകടന്ന് അതിനോടു ചേർന്നു കിടക്കുന്ന ചെറിയ തോടും അതു കഴിഞ്ഞ് രണ്ടുകണ്ടം വയലും കഴിഞ്ഞാൽ ഒരു കയറ്റം കയറണം. ആ കയറ്റം ചെന്നു നിൽക്കുന്നത് ഒരു മൈതാനത്തിലാണ്. ആ മൈതാനം മുറിച്ചു കടന്നാൽ സ്ക്കൂൾ ആയി.

സ്ക്കൂളും മൈതാനവും വേർതിരിക്കുന്നത് ഇടിഞ്ഞു പൊളിഞ്ഞു തുടങ്ങിയ അധികം ഉയരമില്ലാത്ത ഒരു മതിൽക്കെട്ടാണ്.

ആ മതിൽക്കെട്ടിനുള്ളിൽ ആദ്യം ആർ വി എം എൽ പി സ്ക്കൂളാണ്, അതിനോടു ചേർന്നാണ് ഹൈസ്ക്കൂളും.

അത്ര കാലം അവർ പഠിച്ചിരുന്ന എൽ പി സ്ക്കൂളിൽ നിന്നും ഈ വർഷമാണ് അമ്മയുടെ സ്ക്കൂളായ ആർ വി എം ഹൈസ്ക്കൂളിലേക്ക് അവൾ എത്തിയത്.

അമ്മയോടൊപ്പം നടന്നു പോകുമ്പോൾ മിന്നുവിന് ഒരു വികൃതിയും സാധിക്കില്ല.

അധികം സംസാരിക്കുന്നത് അമ്മയ്ക്കിഷ്ടമല്ല.

അവൾ കിലുകിലാന്ന് സംസാരിക്കുമ്പോൾ അമ്മ ചോദിക്കും, ‘എന്റെ മിന്നൂ എനിക്കിത്തിരി സ്വൈരം തരോ നീ...’ എന്ന്.

അതോടെ അവൾ ഒന്നും മിണ്ടാതെ നടക്കും.

എന്നാൽ അതു വഴി സ്ക്കൂളിലേക്കു നടക്കുന്ന അവളുടെ കൂട്ടുകാർക്ക് അങ്ങനെ പേടിക്കണ്ട.

തോട്ടിലിറങ്ങി കാലു നനയ്ക്കാം, വയലിൽ ഓടിക്കളിക്കുന്ന മാനത്തുകണ്ണികളെ തൊട്ടു നോക്കാം, നെല്ല് കതിരിടുമ്പോൾ അതിൽ നിന്നും ഒന്നു രണ്ടു നെൽമണി അടർത്തി വായിലിട്ടു

ചവയ്ക്കാം. മൈതാനത്തിലേക്ക് ഓടിക്കയറാം, പിന്നെ സ്ക്കൂളു വരെ മത്സരിച്ചോടാം. പക്ഷേ, അമ്മ ഒന്നിനും സമ്മതിക്കില്ല. ചില ദിവസങ്ങളിൽ നേരത്തേ സ്ക്കൂളുവിട്ടാൽ അച്ഛമ്മ വയൽവരമ്പിൽ കാത്തുനിൽക്കുന്ന ദിവസങ്ങളിൽ മാത്രം അവൾ കൂട്ടുകാർക്കൊപ്പം മത്സരിച്ചോടിയും, വയലിലെ മാനത്തുകണ്ണികളെ തൊടാൻ നോക്കിയും അവളുടെ ഇഷ്ടത്തിനു വികൃതികാട്ടിയും വീട്ടിലെത്തും.

അതവളുടെ അമ്മയ്ക്കും അറിയാം.

അവളുടെ യൂണിഫോം കഴുകാനിടുമ്പോൾ അമ്മ പറയും, 'എന്തൊരു വികൃതിയാണിക്കുട്ടി! അതിന് ഓശാന പാടാൻ ഒരച്ഛമ്മയും. എന്നെക്കൊണ്ടാവില്ല ഈ ചെളിക്കട്ട വെളുപ്പിച്ചെടുക്കാൻ. അതു കേട്ടാൽ അവളുടെ അച്ഛൻ പൊട്ടിച്ചിരിക്കും.'

'കുട്ടിയല്ലേ അവൾ? കുഞ്ഞുങ്ങൾ കളിച്ചല്ലേ വളരേണ്ടത് ശാന്തീ?'

അതു കേൾക്കുമ്പോൾ അമ്മയ്ക്കു കൂടുതൽ ദേഷ്യം വരും.

കാര്യം, അമ്മ അല്പം ദേഷ്യമൊക്കെ കാണിച്ചാലും മിന്നുവിന്റെ വികൃതിയൊക്കെ അമ്മയും ആസ്വദിക്കാറുണ്ട്. സയൻസ് എക്സിബിഷനും, ക്വിസ് മത്സരങ്ങളിലും അവൾ വളരെ താൽപര്യത്തോടെ പങ്കെടുത്തിരുന്നു.

പഠിക്കാനും മിടുക്കി.

അങ്ങനെയിരിക്കെയാണ് ഒരു ദിവസം രാത്രി കഞ്ഞി കുടിച്ചുകൊണ്ടിരിക്കുമ്പോൾ അച്ഛനും ഏട്ടനും തമ്മിൽ സംസാരിക്കുന്നത് മിന്നു ശ്രദ്ധിച്ചത്.

അച്ഛൻ പറഞ്ഞു, 'മോനേ എന്തായി അവിടെ സംഭവങ്ങൾ?'

'അച്ഛാ, പുറത്തു നിന്നുള്ള ചിലരാണ് ഇതൊക്കെ ചെയ്യുന്നത്. എന്തു ചെയ്യാൻ പറ്റും? കുറേ കുട്ടികളും ആ ഗ്യാങ്ങിൽ ഉണ്ട്. ഇടപെട്ടാൽ, അറിയാമല്ലോ അച്ഛന്, അവർ എന്തൊക്കെ ചെയ്തുകൂട്ടുമെന്ന് ഒരു പിടിയും കിട്ടില്ല. അതാണ് ആരും അവർക്കെതിരെ മിണ്ടാത്തത്.'

ഏട്ടൻ പറഞ്ഞു നിർത്തി.

'എന്തൊരു കഷ്ടമാണ് കൃഷ്ണേട്ടാ, കുട്ടികൾ പഠിക്കാതെ മയക്കുമരുന്നിനു പിടിയിൽ അമർന്നാൽ ആരാണ് രക്ഷിക്കുക? ഭാവി തീരും അതോടെ.' അമ്മയാണതു പറഞ്ഞത്.

'എന്ത് ഭാവി ശാന്തീ? സംഗതി പഴയ കാലത്തെ കഞ്ചാവല്ല. സിന്തറ്റിക് വിഷമാണ്. ജീവനു തന്നെ ഭീഷണി. കുട്ടികൾ അതിൽ

പെട്ടുപോയാൽ എല്ലാംതീർന്നു. അത്രതന്നെ.'

അച്ഛൻ കഞ്ഞികുടിച്ച് എഴുന്നേറ്റു. അച്ഛനും അമ്മയും ഒക്കെ പറഞ്ഞത് കാര്യമായി മനസ്സിലായില്ലെങ്കിലും കാര്യം ഗൗരവമുള്ള താണെന്നു മാത്രം അവൾക്കു മനസ്സിലായി.

കഞ്ഞി കുടിച്ച ശേഷം പല്ലുതേച്ച്, അടുക്കളമുറ്റത്തെ പൈപ്പിന്റെ ചുവട്ടിൽച്ചെന്നു കാൽ കഴുകി, ചവിട്ടിയിൽ തുടച്ച് അവൾ അകത്തേക്കു നടന്നു.

'അച്ഛാ, ഞാനിന്ന് അച്ഛമ്മയ്ക്കൊപ്പമാണേ കിടക്കുന്നത്.' എന്നു പറഞ്ഞ് അവൾ വേഗം അച്ഛമ്മയുടെ മുറിയിലെത്തി.

'അച്ഛമ്മേ, എന്നേം കൂട്ടൂ, ഞാനുമുണ്ട് ഇന്ന്...'

'എന്തേ ഇന്ന്? അമ്മേടെ ഒപ്പം കിടക്കണ്ടേ കുട്ടിയ്ക്ക്? എന്തു പറ്റി?' അച്ഛമ്മ ചോദിച്ചു.

'ഒന്നൂല്ല, വെറുതേ... പിന്നേ, അച്ഛമ്മേ, ഈ മയക്കുമരുന്ന് എന്നു വച്ചാലെന്താ? ഉറങ്ങണ മരുന്നാണോ? പക്ഷേ, അച്ഛൻ പറയുന്നു അത് വിഷമാണെന്ന്. ശരിക്കും അതെന്താ സാധനം?'

'അതുശരി, അപ്പോ അതാണ് ഇപ്പോ അച്ഛമ്മയോട് ഇത്ര സ്നേഹം അല്ലേ? ഏതായാലും അതു നാളെ പറഞ്ഞു തരാം. ഇപ്പോ ഉറങ്ങിക്കോ. സമയം ഒമ്പതരയായി.'

മിന്നുവിന്റെ ചോദ്യത്തിന് ഉടൻ ഉത്തരം കൊടുക്കാതെ അച്ഛമ്മ അവളെ ചേർത്തു കിടത്തി.

മെല്ലെ അവളുടെ തലയിൽ തടവിയപ്പോൾ മിന്നു വേഗം ഉറക്കത്തിലാണ്ടു.

2

എന്തിനാണു മനുഷ്യരിങ്ങനെ തമ്മിൽത്തല്ലുന്നത്?

മിന്നുവിനെ അച്ഛമ്മ അതിരാവിലെ വിളിച്ചുണർത്തി പഠിക്കാനിരുത്തി. എന്നിട്ട് അച്ഛമ്മ തലയിൽ ഒരു തോർത്തും ചുറ്റി പുറത്തേക്കു നടക്കാനിറങ്ങി.

ഏട്ടന്റെ മുറിയിൽ വെളിച്ചമുണ്ട്.

ഏട്ടൻ പഠിക്കുന്നുണ്ടാവും.

അച്ഛൻ അടുക്കളയിൽ തേങ്ങ ചിരകുന്നു.

അമ്മ എന്തോ അരിയുന്നു.

പറ്റിയ സമയം!

അവൾ വേഗം ഏട്ടന്റെ അടുത്തെത്തി.

വാതിൽ തുറന്നതും അകത്തു കയറിയതും ഏട്ടൻ അറിഞ്ഞി ട്ടില്ല. അവൾ അടുത്തുചെന്ന് ഏട്ടന്റെ കസേരയിൽ ചാരി നിന്നു. ഏട്ടന്റെ പുസ്തകങ്ങൾ നിറയെ ഇംഗ്ലീഷിൽ എന്തൊക്കെയോ എഴുതി നിറച്ചതാണ്.

അവൾ മെല്ലെ ചോദിച്ചു, 'ഏട്ടാ, ഈ മയക്കുമരുന്ന് എന്നു വച്ചാൽ എന്താ?' അവളുടെ ചോദ്യം കേട്ട് ഏട്ടൻ തല പൊന്തിച്ചു.

'എന്താപ്പോൾ മിന്നാമിന്നിക്ക് രാവിലെ തന്നെ ഇങ്ങനെ ഒരു സംശയം? എന്തേ പറ്റിയത്?'

'ഒന്നൂല്ല, ഏട്ടൻ പറയൂ.... ' മിന്നു ചിണുങ്ങി.

'മയക്കുമരുന്ന് എന്നു വച്ചാൽ മനുഷ്യനെ മയക്കുന്ന മരുന്ന് എന്നർത്ഥം. അത് വിഷമാണ്.' ഏട്ടൻ പറഞ്ഞു.

'വിഷം കഴിച്ചാൽ മരിക്കില്ലേ? അപ്പോ ഇത് കഴിക്കണോരൊ ക്കെ മരിക്കില്ലേ?' മിന്നു സംശയം ചോദിച്ചു.

'ഇല്ല. ഇത് മെല്ലെമെല്ലെ ആളെ കൊല്ലും. അളുകളുടെ സ്ഥിര ബുദ്ധി ഇല്ലാതാക്കും. ഭ്രാന്തന്മാരെപ്പോലെ ആകും. അതു കൊ ണ്ടാണ് അച്ഛന്റെ ഡിപ്പാർട്ട്മെന്റും പോലീസും ഒക്കെ ഇത് വിൽ ക്കുന്നവരേയും ഉപയോഗിക്കുന്നവരേയും ഒക്കെ തേടി കണ്ടു പിടിച്ച് കേസ് എടുക്കുന്നത്. വലിയവലിയ ശിക്ഷയാണ് അവർക്ക് കിട്ടുക. തീർന്നോ സംശയം?'

ഏട്ടൻ പറഞ്ഞതിൽ പാതി പോലും പിടികിട്ടിയില്ലെങ്കിലും മിന്നു തല കുലുക്കി. അപ്പോൾ അമ്മ ഏട്ടനുള്ള ചായയുമായി മുറിയിലേക്ക് വന്നു.

'അത് ശരി, മിന്നാമിന്നി ഇവിടെ എന്തെടുക്കാണ്? പഠിക്കാനൊ ന്നുമില്ലേ? അവനെ ശല്യം ചെയ്യാതെ പോയിരുന്ന് പഠിക്ക്.'

അമ്മ എപ്പഴും ഇങ്ങനാണ്.

ഏട്ടനെ ശല്യം ചെയ്യരുത് എന്നാ പറച്ചിൽ.

മിന്നു മുഖം കൂർപ്പിച്ച് നേരെ അച്ഛന്റെ അടുത്തേക്കു നടന്നു.

അച്ഛൻ തേങ്ങ ചിരകിക്കഴിഞ്ഞിരുന്നു.

രാവിലെ ജോലികൾ അച്ഛനും അമ്മയും ഒന്നിച്ചാണ് ചെയ്യുക.

'അച്ഛന്റെ മോൾ എഴുന്നേറ്റോ? എന്താ ഒരു ഗൗരവം?'

'ഒന്നൂല്ല...' മിന്നു പറഞ്ഞു

'വേഗം പല്ലുതേച്ചു വാ.. എന്നിട്ട് പഠിക്കാനിരുന്നോ കേട്ടോ... പിന്നെ, പത്രം വായിച്ച് വാർത്ത എഴുതാൻ മറക്കണ്ട.' അച്ഛൻ ഓർ മ്മിപ്പിച്ചു.

മിന്നു പുറത്തേക്കിറങ്ങി പല്ലുതേച്ച്, വേഗം തിരിച്ചുവന്ന് അച്ഛൻ

മേശപ്പുറത്ത് അടച്ചുവെച്ച പാലു കുടിച്ച് മുറ്റത്തേക്കോടി.

അവിടെ റോസാച്ചെടിയുടെ മുകളിൽ വീണു കിടക്കുന്ന പത്രം എടുത്ത് അകത്തേക്കു കയറി.

പിന്നെ, വാർത്ത എഴുതുന്ന ബുക്ക് എടുത്ത് പേനയും കൈയിൽപ്പിടിച്ച് പത്രം വായിക്കാൻ തുടങ്ങി.

അകത്തെ പേജിൽ മയക്കുമരുന്നു കേസിൽ പിടികൂടിയ പ്രതികളുടെ ചിത്രവും വാർത്തയും അവൾ കണ്ടു.

പ്രധാനവാർത്ത എഴുതി വെച്ച ശേഷം അവൾ കണക്ക് ഹോംവർക്ക് ചെയ്തു തീർത്തു.

പിന്നെ, എല്ലാം പതിവുപോലെ, കുളിച്ച് യൂണിഫോം ഇട്ട് റെഡിയായി. അപ്പോഴേക്കും അച്ഛന്റെ വണ്ടി വന്നു. അതിൽക്കയറി അച്ഛൻ ഓഫീസിലേക്ക് പോയി.

ഏട്ടന്റെ കോളേജ് ബസ് വന്ന് ഹോണടിച്ചപ്പോൾ ഏട്ടനും കോളേജിലേക്ക് ഇറങ്ങി. നടത്തം കഴിഞ്ഞ് അച്ഛമ്മയും എത്തി.

കൈയിൽ ഒരു കെട്ടു മുരിങ്ങയിലയുണ്ട്.

ഒപ്പം ഒരു ചുവന്ന റോസാപ്പൂവും.

അത് മിന്നുവിന്റെ മുടിയിൽ തിരുകി വെച്ചു കൊടുത്തു അച്ഛമ്മ.

'അമ്മേ, ഭക്ഷണം അടച്ചു വെച്ചിട്ടുണ്ട്... ' എന്നു പറഞ്ഞ് അമ്മയും ഒരുങ്ങി എത്തിക്കഴിഞ്ഞു.

ഇനി അനുസരണയോടെ നടക്കുകയേ വഴിയുള്ളൂ.

മിന്നുവിന്റെ ക്ലാസിലെ കുറേ കുട്ടികൾ പാടത്തേക്ക് ഇറങ്ങി വരമ്പിലൂടെ ഓടിപ്പോകുന്നത് അവൾ കണ്ടു.

പക്ഷേ, രക്ഷയില്ല.

അമ്മയുണ്ട് തൊട്ടടുത്ത്.

ഓടാനുള്ള ആഗ്രഹം മാറ്റിവെച്ച് അവൾ ഒന്നുംമിണ്ടാതെ അമ്മയുടെ ഒപ്പം സ്ക്കൂളിലേക്കു നടന്നു.

വയലുമുറിച്ചുകടന്ന്, മൈതാനത്തിലേക്ക് കടക്കുമ്പോഴുണ്ട് അവിടെ ഒരു ഉഗ്രൻ അടിപിടി. നോക്കുമ്പോഴുണ്ട് ഒരാളെ കുറേ പേർ ചേർന്ന് തല്ലുകയാണ്. അയാൾ തല്ലുകൊണ്ടു നിലത്തു വീണു. ആ വീണുകിടക്കുന്നിടത്തിട്ടും അയാളെ അവർ ചവിട്ടുന്നു. അമ്മ ആകെ പരിഭ്രമിച്ചു.

അമ്മ വേഗം മിന്നുവിനെ ചേർത്തു പിടിച്ചു.

പിന്നാലെ വന്ന കുട്ടികളും പേടിച്ച് അമ്മയോടു ചേർന്നുനിന്നു. അമ്മ പെട്ടെന്ന് പോലീസ് സ്റ്റേഷനിലേക്ക് ഫോൺ വിളിച്ചു. പക്ഷേ, അപ്പോഴേക്കും തല്ലിയവർ അവിടെ നിന്നും ഓടിപ്പോയി.

ശാന്തിടീച്ചർ സ്ക്കൂളിൽ നിന്നും രണ്ട് അദ്ധ്യാപകരെ വിളിച്ചുവരുത്തി, മിന്നുവിനേയും മറ്റു കുട്ടികളേയും അതിലൊരാളോട് സ്ക്കൂളിലേക്കു കൂട്ടാൻ പറഞ്ഞു.

അപ്പോഴേക്കും പോലീസ് എത്തി.

തല്ലുകൊണ്ട ആൾ അവശനാണ് എന്നു കണ്ട് അയാളെ കൊണ്ടുപോകാൻ ആംബുലൻസ് വിളിച്ചു.

ടീച്ചർ വിശദമായി കാര്യങ്ങൾ പോലീസിനോടു പറഞ്ഞു.

തല്ലുകൊണ്ട ആളെ ആംബുലൻസിൽ കയറ്റി പോലീസ് മടങ്ങിയ ശേഷമാണ് ശാന്തി ടീച്ചർ സ്ക്കൂളിലെത്തിയത്. അന്ന് അസംബ്ലി ഉണ്ടായിരുന്നു. കുട്ടികൾ എല്ലാവരും വരിവരിയായി സ്ക്കൂൾ ഗ്രൗണ്ടിൽ നിന്നു.

പ്രാർത്ഥനയ്ക്കു ശേഷം ശാന്തി ടീച്ചർ കുട്ടികളോടു പഠന കാര്യങ്ങളെക്കുറിച്ച് സംസാരിച്ചു.

പിന്നെ എല്ലാവരും ക്ലാസിലേക്കു മടങ്ങി.

അഞ്ച് എ യുടെ ക്ലാസ് ലീഡർ ആണ് മീനു.

അസംബ്ലി കഴിഞ്ഞ്, ടീച്ചേഴ്സ് റൂമിൽ നിന്നും ടീച്ചർ പരിശോധിച്ചു വെച്ച നോട്ട് ബുക്കുകൾ എടുത്ത ശേഷമാണ് മിന്നു ക്ലാസിലേക്കു നടന്നത്.

യു. പി ക്ലാസ്സുകൾ വലിയ മൈതാനത്തോടു ചേർന്നുള്ള കെട്ടിടത്തിലാണ് പ്രവർത്തിക്കുന്നത്. രണ്ടു ക്ലാസ്സുകൾ വീതമുള്ള മൂന്ന് ഓടിട്ട കെട്ടിടങ്ങൾ ആണവ. ക്ലാസ്സും മൈതാനവുമായി തീരെ ചെറിയ മതിലിന്റെ വ്യത്യാസമേ ഉള്ളൂ.

രണ്ടിനും ഇടയിലുള ഇത്തിരി സ്ഥലത്താകട്ടെ ആകെ കാടും.

പാമ്പിനെ പേടിച്ച് കുട്ടികളാരും ആ ഭാഗത്തേക്കു പോവുക പതിവില്ല.

ആ ഭാഗത്തെ മതിലാകട്ടെ ഏതാണ്ട് പൊളിഞ്ഞാണു കിടക്കുന്നതും.

മിന്നു പുസ്തകക്കെട്ടുമായി സ്റ്റാഫ്റൂമിൽ നിന്നിറങ്ങി മുന്നിലെ നീണ്ട വഴിയിലൂടെ നടന്ന് താഴേക്കുള്ള പടിക്കെട്ട് ഇറങ്ങുമ്പോൾ പെട്ടെന്നാണ് ഒരാൾ ക്ലാസിന്റെ പിന്നിൽ നിന്നും മതിലു ചാടി മൈതാനത്തിലേക്ക് ഇറങ്ങി ഓടിയത്.

അയാളുടെ ഷർട്ടിന്റെ നിറം കരിനീലയിൽ വെള്ളവരകളായിരുന്നു. അയാളാണ് നേരത്തെ ആ മൈതാനത്തിൽ ഒരു മനുഷ്യനെ അക്രമിക്കുന്നതിന് നേതൃത്വം കൊടുത്തിരുന്നത് എന്ന് മിന്നു ഓർത്തു.

നിലത്തു വീണ മനുഷ്യന്റെ നെഞ്ചിലും തലയിലും മാറിമാറി ചവിട്ടിയത് അയാളാണ്. മതിലു ചാടി ഓടുന്നതിനിടയിൽ ഒരു നിമിഷം അയാൾ മിന്നുവിനേയും മിന്നു അയാളേയും വ്യക്തമായി കണ്ടിരുന്നു.

ആ കാഴ്ചയിൽ മിന്നുവിന്റെ കൈവിട്ട് പുസ്തകക്കെട്ട് അപ്പാടെ പടിക്കെട്ടിലേക്കു വീണു.

പക്ഷേ, മിന്നുവിന്റെ കണ്ണ് ഓടിമറയുന്ന അയാളിൽത്തന്നെ ഉടക്കി നിന്നു.

അയാളെന്തിനാണ് സ്ക്കൂൾ വളപ്പിൽ കയറിയത്?

അതും ആ കാടുപിടിച്ചു കിടക്കുന്നിടത്ത് അയാൾക്ക് എന്താണു കാര്യം?

മിന്നുവിന് ആകെ സംശയമായി.

എന്തോ ഉണ്ട്.

അത് അപകടം പിടിച്ച് എന്തോ ഒന്നാണ്.

നിലത്തുവീണ പുസ്തകങ്ങൾ പെറുക്കി എടുത്ത് അടുക്കി കൈയിൽ വെച്ച് അവൾ ക്ലാസ്സിലേക്ക് ഓടി.

3
മിന്നാമിന്നി ദ ഷെർലക്

സ്ക്കൂളിലെത്തിയാൽ മിന്നാമിന്നി ചെന്നെത്താത്ത ഒരു ഭാഗവുമില്ല. ഹെഡ്മിസ്ട്രസിന്റെ മകളായതുകൊണ്ട് മുതിർന്ന കുട്ടികൾക്ക് അവളോട് ലേശം കരുതൽ കൂടുതലാണ്.

തുടുത്ത കവിളുകളും രണ്ടു വശവും മെടഞ്ഞിട്ട മുടിയും ഒക്കെയുള്ള മിന്നു കാഴ്ചയിൽ ഒരു തക്കുടുവാണ്.

അതു കൂടാതെ എപ്പോഴും സംസാരിക്കുന്ന പ്രകൃതമായതുകൊണ്ട് ഏതു ക്ലാസിലും അവൾക്കു കൂട്ടുകാരുണ്ട്.

രാമനിലയത്തിലെ നാലാം ക്ലാസിൽ നിന്നും പാസാകുന്ന ഭൂരിപക്ഷം കുട്ടികളും മിന്നുവിന്റെ സ്ക്കൂളിലാണ് അഞ്ചാം ക്ലാസു മുതൽ തുടർന്നു പഠിക്കുക.

ഉച്ചഭക്ഷണം കഴിഞ്ഞാൽ കൂട്ടുകാർക്കൊപ്പം തകർത്തു കളിയാണ് ബെല്ലടിക്കും വരെ അവൾ.

ഇടയ്ക്ക് ഹൈസ്ക്കൂൾ ക്ലാസിലെ ചില ചേച്ചിമാർ വന്ന് അവളെക്കൊണ്ട് പാട്ടുപാടിക്കും.

മിന്നുവിന്റെ ക്ലാസിൽ പാട്ടു പാടുന്ന രണ്ടുമൂന്നു കുട്ടികൾ ഉണ്ട്, ചിലപ്പോൾ എല്ലാവരും ചേർന്നാവും പാട്ട്. ഒടുവിൽ വല്ലാതെ ഒച്ച

കൂടുമ്പോൾ ഏതെങ്കിലും ഒരു ടീച്ചർ വന്ന് ഒച്ചയെടുക്കും വരെ അതു നീണ്ടുനിൽക്കും.

അന്നു പക്ഷേ, അവൾക്ക് ഒന്നിനും ഒരു ഉത്സാഹം തോന്നിയില്ല. രാവിലെ കുറേപേർ ചേർന്ന് ഒരാളെ ഉപദ്രവിക്കുന്നു, പിന്നാലെ അതിലൊരാൾ സ്ക്കൂളിന്റെ മതിലെടുത്തുചാടുന്നു!

അവരൊക്കെ ആരാണ്?

അയാൾ എന്തിനു സ്ക്കൂളിൽ കടന്നു?

ഒരുപാടു ചോദ്യങ്ങളാണ് മനസ്സിൽ. അതു കൊണ്ട്, അന്ന് ഉച്ചക്കു സ്ക്കൂളു വിട്ടപ്പോൾ വേഗം ചെന്നു ഭക്ഷണം കഴിച്ച് മിന്നു തിരികെ ക്ലാസിലെത്തി.

എന്തോ ഒരു വല്ലായ്ക തോന്നി അവൾക്ക്.

എന്താ ചെയ്യേണ്ടത്?

അവൾ പുറത്തേക്കിറങ്ങി.

എന്നിട്ട് മറ്റു കുട്ടികൾ ആരും തന്നെ ശ്രദ്ധിക്കുന്നില്ല എന്ന് ഉറപ്പു വരുത്തിയ ശേഷം മെല്ലെ അവളുടെ ക്ലാസ് റൂമിന്റെ പിന്നിലേക്ക് നടന്നു. പിന്നിൽ എത്തിയാൽ ആരുടേയും ശ്രദ്ധയിൽപ്പെടില്ല. രാവിലെ കണ്ട അയാൾ പോലീസിനെ പേടിച്ചാവും മതിലിനപ്പുറത്ത് ഒളിച്ചിരുന്നിട്ടുണ്ടാവുക. അത് ഉറപ്പാണ്.

പക്ഷേ, അതു മാത്രമല്ല കാരണമെങ്കിലോ?

അവൾ മെല്ലെ ശബ്ദമുണ്ടാക്കാതെയാണ് അവിടേക്ക് ചെന്നത്. ക്ലാസിന്റെ ചുമരിന്റെ മറവിൽ എത്തിയപ്പോഴാണ് അവിടെ നിന്നും അടക്കിപ്പിടിച്ച സംസാരം അവൾ കേട്ടത്.

അതോടെ അവൾ ഒന്നു ഞെട്ടി.

ആരാവും അത്?

അവൾ പതിയെ നിലത്തേക്കു പതുങ്ങിക്കൊണ്ട് കാട്ടുചെടികളുടെ മറപിടിച്ച് അവിടേക്കു ഒളിഞ്ഞുനോക്കി. അതാ, രാവിലെ മതിൽ ചാടിഓടിയ അതേ ആൾ അവിടെ!

അയാൾക്കു ചുറ്റും മൂന്ന് ആൺകുട്ടികൾ.

രണ്ടു പേർ പത്താം ക്ലാസുകാരാണ്.

ഒരാൾ ഒമ്പതിലാണ്.

അവൾ അവരെത്തന്നെ ശ്രദ്ധിച്ചു.

വന്ന ആൾ ഈ കുട്ടികൾക്ക് കുറച്ച് മിഠായികൊടുക്കുന്നു.

പകരം കുട്ടികൾ അയാൾക്ക് കാശ് കൊടുക്കുന്നു.

അല്പം കഴിഞ്ഞ് കുട്ടികൾ ചുറ്റും നോക്കിയ ശേഷം അവിടെ നിന്നും ഓടിപ്പോയി. ഈ സമയം അയാളും മതിലു ചാടി ഓടി.

അല്പസമയം കൂടി കാത്തുനിന്ന ശേഷം മിന്നു അവർ ഇരുന്ന സ്ഥലത്തേക്കു ചെന്നു. കരിയിലയൊക്കെ ഒന്നു തട്ടിത്തെറിപ്പിച്ചപ്പോൾ ഒരു മിഠായി നിലത്തു കിടക്കുന്നു!

അവളതു കുനിഞ്ഞ് എടുത്തു.

എന്നിട്ട് വേഗം തിരികെ ക്ലാസിൽ എത്തി, മിഠായി ആരും കാണാതെ ബാഗിൽ വച്ചു.

പിന്നെ അവൾ കൂട്ടുകാർക്കൊപ്പം കളിക്കാൻ പോയി.

വൈകുന്നേരം സ്ക്കൂളുവിട്ടപ്പോൾ അടിയന്തിരമായി ടീച്ചേഴ്സ് മീറ്റിങ്ങ് ഉള്ളതുകൊണ്ട് മിന്നുവിനോട് ഒറ്റയ്ക്കു വീട്ടിലേക്കു പോകാൻ അമ്മ വിളിച്ചു പറഞ്ഞു.

അച്ഛമ്മ തോട്ടുവക്കിൽ കാത്തു നിൽക്കും.

ഒരു കണക്കിന് അമ്മ കൂടെ ഇല്ലാത്തതാണ് നല്ലത്.

രാവിലെ അടി നടന്നിടത്ത് ഒന്ന് നോക്കണം.

ചിലപ്പോൾ എന്തെങ്കിലും കിട്ടിയാലോ? മിന്നു ഓർത്തു.

മിന്നു ഒറ്റയ്ക്കാണെന്നു കണ്ട് അവളെക്കാത്ത് സ്ഥിരമായി നടന്നു വീട്ടിലേക്കു പോകുന്ന കുറച്ചു കൂട്ടുകാർ നിന്നിരുന്നു. സ്ക്കൂൾ വിശേഷമൊക്കെ പറഞ്ഞു പൊട്ടിച്ചിരിച്ച് നടക്കുമ്പോഴും മിന്നുവിന്റെ ചിന്ത രാവിലത്തെ അടിപിടിയിൽ തങ്ങി നിന്നു.

അയാൾക്ക് എന്തു പറ്റിക്കാണും?

പ്രത്യേകിച്ച് ഒന്നും ശ്രദ്ധയിൽപ്പെടാതെ മിന്നുവും കൂട്ടുകാരും മൈതാനം കടന്നു.

കൂട്ടുകാർക്കു പിന്നിൽ വയൽ വരമ്പിലൂടെ നടക്കുമ്പോൾ ഒരു മിഠായിക്കടലാസ് മിന്നുവിന്റെ കണ്ണിലുടക്കി. അവളതു കുനിഞ്ഞെടുത്തു ബാഗിലേക്ക് ഇട്ട് വേഗം നടന്നു.

ഏതായാലും ആരോടും തൽക്കാലം ഒന്നും പറയണ്ടന്നും തീരുമാനിച്ചു.

വൈകുന്നേരം അമ്മ വരാൻ ഒരുപാടു വൈകി.

അച്ഛൻ ഇനി നാളെ വൈകിട്ടേ വരൂ.

ഏതായാലും മിഠായിക്കാര്യം അമ്മയോടു പറയാൻ പറ്റില്ല.

ചിലപ്പോൾ തല്ലു കിട്ടിയെന്നു വരും.

ആവശ്യമില്ലാത്ത കാര്യങ്ങളിൽ ഇടപെടുന്നു എന്നു പറഞ്ഞ് അമ്മയ്ക്ക് എപ്പോഴും പരാതിയാണ് മിന്നുവിനെക്കുറിച്ച്. മേലു കഴുകിവന്ന്, ഹോംവർക്കും ചെയ്തുതീർത്തു കഴിഞ്ഞാണ്, ബാഗിൽ നിന്നും ഉച്ചക്കു കിട്ടിയ അമൂല്യ നിധി അവൾ പുറത്തെടുത്തത്.

സംഗതി മിഠായി പോലുണ്ട്.

പക്ഷേ, ഇതൊരു സാധാരണ മിഠായി ആയിരിക്കില്ല ഉറപ്പാണ്.

ഏട്ടനോടു പറഞ്ഞാലോ? വേണ്ട.

നാളെ അച്ഛൻ വരട്ടെ എന്നിട്ടുമതി. അവൾ ഉറപ്പിച്ചു.

കഞ്ഞി കുടിക്കാനിരിക്കുമ്പോൾ മിന്നുവിന്റെ മൗനം അമ്മ ശ്രദ്ധിച്ചു.

'എന്തു പറ്റി ഇന്ന്? ആകെ മൗനമാണല്ലോ കുഞ്ഞിന്?'

'അമ്മേ, രാവിലെ എല്ലാരും കൂടി ഇടിച്ച അയാൾക്ക് എന്തു പറ്റിക്കാണും?' മിന്നു പറഞ്ഞു പോയി.

'എനിക്കു തോന്നി നീ അതും ഓർത്ത് ഇരിക്കുവാണെന്ന്... അതൊന്നും നമ്മൾ നോക്കണ്ട കാര്യമില്ല. പോലീസുണ്ടല്ലോ. അവർ അന്വേഷിക്കും. കേട്ടോ.'

അമ്മ പറഞ്ഞതു കേട്ട്, മിന്നുവിന്റെ ഏട്ടനും അച്ഛമ്മയും ചോദ്യ ഭാവത്തിൽ അമ്മയെ നോക്കി.

'അമ്മേ, ഇന്നു രാവിലെ ഞങ്ങൾ സ്ക്കൂളിൽ പോകുമ്പോൾ നമ്മുടെ മൈതാനത്തിൽ കുറേ പേർ ചേർന്ന് ഒരാളെ അടിക്കുന്നതു കണ്ടു. ഞാനത് ഉടനെ പോലീസിനെ അറിയിച്ചു. പോലീസ് വരുമ്പോഴേക്കും അക്രമികൾ ഓടി രക്ഷപ്പെട്ടു. തല്ലുകൊണ്ട ആളെ ആശുപത്രിയിലേക്കു മാറ്റി. സ്ക്കൂളിൽ എല്ലാവരും പറയുന്നു കഞ്ചാവു കച്ചവടക്കാര് തമ്മിലുണ്ടായ അടിയാണത് എന്ന്. എന്തായാലും സമാധാനം പോയിക്കിട്ടി. അത്രതന്നെ.' അമ്മ പറഞ്ഞു.

'ഈശ്വരാ... ഇവിടേം കഞ്ചാവോ?' അച്ഛമ്മ അന്ധാളിച്ചു.

'അതെ. ഇവിടെയും എത്തി കഞ്ചാവും മയക്കുമരുന്നും ഒക്കെ. എന്തു ചെയ്യാൻ?' അമ്മ പറഞ്ഞു.

'ശാന്തീ... പണ്ട് ആ മൈതാനം എത്ര വലുതായിരുന്നുവെന്നോ, എപ്പോഴും കാൽപ്പന്തുകളിക്കാർ അവിടെ ഉണ്ടാകുമായിരുന്നു. പണ്ട് ഈ ദേശത്തുള്ളവർ പഠിക്കാൻ പോയിരുന്നതും വയൽ കടന്ന്, മൈതാനം കടന്ന് അങ്ങനെയല്ലേ, റോഡ് വന്നപ്പോൾ ആരും നടന്നു പോകാതെയായി. വയലും ചുരുങ്ങി, മൈതാനവും. കാലം.... അല്ലാതെന്ത്?' അച്ഛമ്മ പറഞ്ഞു.

പിന്നെ എല്ലാവരും കഴിച്ച് എഴുന്നേറ്റു.

മിന്നുക്കുട്ടി അമ്മ കാണാതെ ഏട്ടന്റെ മുറിയിലെത്തി.

ഏട്ടൻ കസേരയിൽ ഇരിപ്പുണ്ട്.

അവൾ ചെന്ന് അടുത്തു നിന്നു.

എന്നിട്ട് പറഞ്ഞു, 'ഏട്ടാ, ഞാനൊരുട്ടം കാണിക്കട്ടേ?'

അവൾ അവളുടെ ബാഗിലെ മിഠായി കടലാസ് പുറത്തെടുത്തു.

അത് മാത്രം ഏട്ടനെ കാണിച്ചു.

ഏട്ടനത് തിരിച്ചും മറിച്ചും നോക്കി.

'ഇത് മോൾക്ക് എവിടുന്നാ കിട്ടിയത്?' ഏട്ടൻ ചോദിച്ചു.

'ഇന്ന് അടി നടന്ന മൈതാനമില്ലേ, അവിടുന്ന് താഴേക്ക് ഇറങ്ങി വരുമ്പോൾ വയലിന്റെ വരമ്പിൽ കിടന്നതാ. ഇങ്ങനെ ഒരു മിഠായി നമ്മൾ കണ്ടിട്ടില്ലല്ലോ. അതാ ഞാൻ എടുത്തത്.'

'മോളത് മേശപ്പുറത്ത് വെച്ചേക്ക്. നമുക്ക് നാളെ അച്ഛനെ കാണിക്കാം. പിന്നെ മോള് ഇതൊന്നും ശ്രദ്ധിക്കണ്ട കേട്ടോ.'

മിന്നു തല കുലുക്കി സമ്മതിച്ചിട്ട് അച്ഛമ്മയുടെ മുറിയിലെത്തി.

അമ്മയും അടുക്കള അടച്ച് മുറിയിൽ എത്തിക്കഴിഞ്ഞു.

അമ്മ ഇപ്പോൾ കിടക്കും.

അവൾ ഓരോന്ന് ഓർത്തുകൊണ്ട് അച്ഛമ്മയെ കെട്ടിപ്പിടിച്ച് കിടന്നു.

നാളെ അച്ഛൻ വരട്ടെ.

അച്ഛനെ കാണിക്കാം മിഠായി.

അവൾ മെല്ലെ ഉറങ്ങിത്തുടങ്ങി.

4

കാര്യങ്ങൾ അത്ര ലളിതമല്ല

ഒരുവിധമാണ് മിന്നു അന്നത്തെ ദിവസം സ്കൂളിൽ കഴിച്ചുകൂട്ടിയത്. ഉച്ചക്ക് ആരുംകാണാതെ തലേന്നു ഒളിഞ്ഞു നോക്കിയ ഭാഗത്തേക്ക് ചെന്നെങ്കിലും അവിടെ ആരും ഉണ്ടായിരുന്നില്ല.

സാധാരണ ഗതിയിൽ കളിച്ചുതിമിർക്കേണ്ട സമയത്ത് മിണ്ടാതെ ക്ലാസിലിരിക്കുന്ന മിന്നുവിനെ രാധിക ടീച്ചർ ഭക്ഷണം കഴിച്ചു തിരിച്ചു വരുന്ന വഴി ശ്രദ്ധിച്ചു. കാരണം ഒട്ടുമിക്ക ദിവസവും ഉച്ച നേരത്ത് ഓടിക്കളിക്കുന്ന അവളോട് അടങ്ങിയിരിക്കാൻ പറയുന്നതു തന്നെ ടീച്ചർക്ക് ഒരു ജോലിയാണ്.

ഇതിപ്പോൾ അവൾ ക്ലാസിൽത്തന്നെയുണ്ട്.

അതിശയമാണത്.

ടീച്ചർ ക്ലാസിൽ ചെന്നു. കുറച്ചു കുട്ടികളേ ക്ലാസിലുള്ളൂ.

'എന്തു പറ്റി മീനൂ, ഒരു മൗനമാണല്ലോ? അമ്മ വഴക്കു പറഞ്ഞോ?'

'ഇല്ല, ടീച്ചർ... ഒന്നുമില്ല.' മിന്നു പറഞ്ഞു.

ടീച്ചർ ഒന്നു സംശയിച്ചു നിന്നിട്ട് ടീച്ചേഴ്സ് റൂമിലേക്കു പോയി.

നാലു മണിക്ക് സ്ക്കൂളിലെ കൂട്ടബെല്ല് അടിച്ചപ്പോൾ അവൾ ബാഗും എടുത്ത് ഓടി ഓഫീസ് റൂമിൽച്ചെന്നു.

അമ്മക്ക് എന്തെങ്കിലും മീറ്റിങ്ങോ അധികം ജോലിയോ ഉണ്ടെങ്കിൽ രക്ഷപ്പെട്ടു, കാരണം അപ്പോൾ അമ്മ പറയും, 'മിന്നൂ, നീ പോയ്ക്കോ ഞാൻ ലേറ്റാകും എന്ന്.'

പക്ഷേ, അന്ന് പ്രതീക്ഷകൾ അപ്പാടെ മാറിമറിഞ്ഞു. അമ്മ ബാഗുമെടുത്ത് ഓഫീസ് റൂമിന്റെ താക്കോലും കൈയ്യിൽ പിടിച്ച് വരാന്തയിൽ നിൽക്കുകയാണ്. അതോടെ മിന്നു അനുസരണയോടെ അമ്മയുടെ പിന്നാലെ നടന്നു.

വീട്ടിലേക്കു കയറിയപ്പോൾ അവൾക്കു സമാധാനമായി.

അച്ഛന്റെ കാറ് മുറ്റത്തുണ്ട്.

അപ്പോൾ അച്ഛൻ നേരത്തേ വന്നു. ആഹാ..

മിന്നു ഓടി അകത്തു കയറി.

ബാഗ് സോഫയിലേക്ക് ഇട്ട്, മുറിയിൽ ഉറങ്ങുന്ന അച്ഛന്റെ അടുത്തേക്ക് ഓടിച്ചെന്നു.

അവളുടെ വരവിന്റെ ശബ്ദം കേട്ട് അച്ഛൻ കണ്ണു തുറന്നു.

'അച്ഛന്റെ മിന്നാമിന്നി വന്നോ?'

മിന്നു ഒന്നും മിണ്ടാതെ അച്ഛന്റെ അടുത്ത് ഇരുന്നു.

ഈ സമയത്ത് അമ്മയെത്തി.

സ്ക്കൂളിൽ നിന്നും വന്നിട്ട് മേലുകഴുകാതെ കിടക്കയിൽ ചാടിക്കയറിയതിന് അമ്മ വഴക്കുപറഞ്ഞു.

അവളുടെ മുഖം വാടി.

അതുകണ്ട് അച്ഛൻ എഴുന്നേറ്റു.

എന്നിട്ടു പറഞ്ഞു, 'മിന്നൂട്ടീ വേഗം കുളിച്ചിട്ടു വാ, നമുക്ക് ടൗണിൽ പോയിട്ടു വരാം, എന്താ?'

അതുകേട്ടു തല കുലുക്കി മിന്നു കുളിക്കാനോടി.

അതാ ഏട്ടൻ കുളിച്ചു വരുന്നു.

അപ്പോ നേരത്തേ പ്ലാൻ ചെയ്ത യാത്രയാണ്.

രാത്രി അച്ഛൻ മസാല ദോശവാങ്ങിത്തരും.

അത് ഉറപ്പായി അവൾക്ക്.

അതാ അച്ഛമ്മയും നല്ല സാരി ഒക്കെ ഉടുത്ത് റെഡിയായിട്ടുണ്ട്.

തണുത്ത വെള്ളം തലയിൽ കോരി ഒഴിച്ച് വേഗം കുളിച്ച് അവൾ പുറത്തിറങ്ങി. അവൾക്ക് ഇടാനുള്ള ഉടുപ്പ് അമ്മ കട്ടിലിൽ എടുത്തു വെച്ചിട്ടുണ്ട്. അതിട്ടു കഴിഞ്ഞപ്പോഴേക്കും അച്ഛമ്മ അവൾക്കു കുടിക്കാൻ ചായയും, സ്നാക്സും നൽകി.

ഈ തിരക്കിൽ ഇനി അച്ഛനോട് ഒന്നും പറയാൻ പറ്റില്ല.

അച്ഛൻ ചിലപ്പോൾ രാവിലെ പോകാനും മതി.

അവൾക്ക് നിരാശ തോന്നി.

അമ്മയും വന്നതോടെ വേഗം വീടുപൂട്ടി എല്ലാവരും കാറിൽക്കയറി. അവർ പോകുന്നത് അച്ഛന്റെ കൂട്ടുകാരന്റെ വീട്ടിലേക്കാണ് എന്ന് കാറിൽ കയറിയ ശേഷമാണ് അവൾക്കു മനസ്സിലായത്.

അല്പം അകലെയാണ് ആ വീട്.

മെയിൻ റോഡിൽ നിന്നും തിരിഞ്ഞ്, പുഴവക്കിലൂടെയുള്ള മെറ്റൽ ഇളകിക്കിടക്കുന്ന റോഡിലൂടെ വേണം കുറേ ദൂരം പോകേണ്ടത്. രണ്ടു ഭാഗത്തും ചതുപ്പാണ്. മണ്ണിട്ട് ഉയർത്തിയ റോഡ് മഴക്കാലത്ത് മിക്കവാറും വെള്ളത്തിനടിയിലാവും. അതുകൊണ്ടുതന്നെ റോഡു നന്നാക്കുക സ്വപ്നം മാത്രം.

വണ്ടി മെല്ലെ ആടി ഉലഞ്ഞു പോകുമ്പോൾ കള്ളുഷാപ്പ് എന്നെഴുതിയ ഒരു ബോർഡ് അവൾ കണ്ടു.

അതൊരു ഓല മേഞ്ഞ് ടാർപോളിൻ ഇട്ട കൊച്ചു കൂരയാണ്.

റോഡിൽ നിന്നും അവിടേക്ക് വീതി കുറഞ്ഞ ഒരു വഴി.

ആ വഴിയുടെ രണ്ടു വശത്തും വെള്ളം കെട്ടിക്കിടപ്പുണ്ട്.

ആ കൂരയോട് ചേർന്ന് ഒരാൾ മണ്ണിൽ കിടപ്പുണ്ട്. ഒരാളും അയാളെ നോക്കുന്നതു പോലുമില്ല. അതിന്റെ മുന്നിൽ കുറച്ചുപേർ ഉണ്ട്. പെട്ടെന്ന് അവിടെ കൂടിയിരിക്കുന്നവരിൽ ഒരാളെ അവൾ തിരിച്ചറിഞ്ഞു.

ഒരു ചെമന്ന ബനിയനാണ് അയാൾ ഇട്ടിരിക്കുന്നത്.

കാറിൽ സൈഡ് സീറ്റിൽ ഇരിക്കുന്ന അവളെ അയാളും കണ്ടു. അമ്മ കൂടെ ഉള്ളതുകൊണ്ട് എന്തെങ്കിലും മിണ്ടാൻ അവൾക്കു പേടി തോന്നി. എല്ലാ അപകടത്തിലും ചെന്നു ചാടും എന്ന പരാതി അമ്മയ്ക്ക് എപ്പോഴും ഉള്ളതാണല്ലോ. അവൾ മിണ്ടിയില്ല.

'ശാന്തീ... ഈ കള്ളുഷാപ്പ് കണ്ടോ? ഇവിടമാണ് മയക്കുമരുന്ന് വിതരണത്തിന്റെ ഒരു കേന്ദ്രം. ഇവിടെ കള്ള് ഒന്നും വിൽക്കുന്നില്ല. പണ്ടെന്നോ വെച്ച ബോർഡാണ് ഇപ്പഴും അവിടെക്കാണുന്നത്. പട്ടിയും പൂച്ചയും പാമ്പും ഒക്കെയാണ് അതിന്റെ അകത്ത്. ഈ കൂര പക്ഷേ പൊളിച്ചു കളയില്ല. ഇതിന്റെ പരിസരത്തെ തുരുത്തുകളിലാ ഇവന്മാർ ഒളിച്ചിരിക്കുക. ഇപ്പോ അവിടെ കൂടി ഇരുന്നവന്മാരൊക്കെ ഇതിന്റെ ആൾക്കാരാണ്. അധികം വൈകില്ല, എല്ലാറ്റിനേയും പൊക്കും ഞങ്ങൾ.'

അച്ഛൻ പറഞ്ഞതു കേട്ട് മിന്നു ഒന്നു ഞെട്ടി.

അപ്പോൾ ആ മിഠായി മയക്കുമരുന്നു ചേർന്നതാവും ഉറപ്പായി.

അച്ഛനെ ഒറ്റക്കു കിട്ടണം.

എന്നാലേ പറയാൻ പറ്റൂ.

അവൾ മിണ്ടാതിരുന്നു.

അല്പദൂരം പിന്നിട്ട് അല്പം കൂടി വലിയ റോഡിലേക്ക് അവർ കയറി. അപ്പോൾ അച്ഛൻ മനപ്പൂർവം പരിസരം വീക്ഷിക്കാൻ ഇതു വഴി വന്നതാവും. അച്ഛന് അങ്ങനെ ചില പരിപാടികൾ ഉണ്ട്.

അധികം വൈകാതെ അവർ അച്ഛന്റെ ഫ്രണ്ട് സുനി അങ്കിളിന്റെ വീട്ടിലെത്തി.

അവിടെ ഒരു കുഞ്ഞുവാവയുണ്ട്.

ആ വാവയെ കാണാനാണ് എല്ലാവരും കൂടി വന്നിരിക്കുന്നത്. സുനി അങ്കിളിന്റെ അനിയത്തിയുടെ കുഞ്ഞുവാവയാണ്. അമ്മ കാറിൽ നിന്നും ഒരു ഗിഫ്റ്റ് ബോക്സ് എടുത്ത് വാവയുടെ അമ്മയുടെ കൈയ്യിൽ കൊടുത്തു. മിന്നു കുഞ്ഞു വാവയെ തൊട്ടും കണ്ടും ഇരിക്കുകയായിരുന്നു. അച്ഛനും സുനി അങ്കിളും സംസാരിക്കുന്നു. അവൾ അതു ശ്രദ്ധിച്ചു. കള്ളുഷാപ്പിൽ കണ്ടവരെക്കുറിച്ച് അച്ഛൻ എന്തെങ്കിലും പറയുന്നുണ്ടോ?

എന്നാൽ അവൾക്ക് പ്രത്യേകിച്ച് ഒന്നും മനസ്സിലായില്ല.

പക്ഷേ, ചായ കുടിച്ച് അവിടെ നിന്നും ഇറങ്ങുമ്പോൾ സുനി അങ്കിൾ അച്ഛനോടു പറഞ്ഞു, ‘സാറെ, തിരിച്ച് നല്ല വഴിയിലൂടെ പോയാൽ മതി. ഒന്നാമത് ഇരുട്ടിത്തുടങ്ങി. അതു വഴി ഇനി വണ്ടികൾ ഒന്നും വരില്ല. അവന്മാരുടെ വിളയാടൽ സമയമാണ്. ബോധമില്ലാത്തവന്മാരാ. കുടുംബം കൂടെയുണ്ട്. വേണ്ട.’

‘ഇല്ല സുനീ... തിരിച്ച് നല്ല വഴിയേ പോകാം. അവന്മാരുടെ താവളം ഒന്ന് പകൽ വെട്ടത്തിൽ കണ്ടു വയ്ക്കണമല്ലോ. ഒന്നു രണ്ടു വട്ടം വന്നതാണെങ്കിലും, അപ്പോഴൊക്കെ നമ്മൾ യൂണിഫോമിൽ ആയിരുന്നു. നമ്മളുടെ വണ്ടി വരുന്നതു കാണുമ്പോഴേ എല്ലാവരും പറപറക്കും. ഇന്നിപ്പോൾ അവർക്ക് എന്നെ മനസ്സിലായിട്ടില്ല. അല്ല ബോധം വേണമല്ലോ മനസ്സിലാവാൻ...’

എല്ലാവരോടും റ്റാറ്റാ പറഞ്ഞ് മിന്നുവും കാറിൽക്കയറി.

ഏതായാലും ആ വഴി അല്ല മടക്കം.

അതൊരു ആശ്വാസമാണ്.

ടൗണിൽ എത്തി നല്ലൊരു റെസ്റ്ററന്റിൽ കയറി ഭക്ഷണവും കഴിച്ചാണ് അവർ തിരികെ വീട്ടിലെത്തിയത്.

അമ്മ ഡ്രസ് മാറ്റി എന്തൊക്കെയോ കണക്കുകളുമായി മുറിയി

ലുണ്ട്. അത് ഉടനെത്തീരില്ല, ഉറപ്പാണ്. ഏട്ടൻ, അച്ഛന്റെ അടുത്ത് ടി.വിയുടെ മുന്നിലുണ്ട്.

അച്ഛമ്മ ക്ഷീണം കൊണ്ട് കിടന്നുകഴിഞ്ഞു.

പക്ഷേ, അച്ഛനെ ഒറ്റയ്ക്കു കിട്ടണം. എന്താ വഴി?

കാത്തിരിക്കാം, വലിയ താമസമില്ലാതെ ഏട്ടൻ റൂമിലേക്കു പോയി. ഉറക്കം വന്നു തുടങ്ങിയെങ്കിലും ഇനി വൈകാൻ പറ്റില്ല.

അവൾ ചെന്ന് ഒളിപ്പിച്ചു വെച്ച മിഠായി എടുത്ത് കൈയിൽ മുറുക്കെ പിടിച്ച് അച്ഛന്റെ അടുത്തുചെന്നു.

'എന്തേ മിന്നൂ?' അച്ഛൻ ചോദിച്ചു.

'ഒരു കാര്യം കാണിച്ചു തരട്ടേ? പക്ഷേ, എന്നെ വഴക്കു പറയരുത്. അമ്മയോടും പറയരുത്.'

'ഇല്ല, മോള് പറ.'

അച്ഛൻ അവളെ ചേർത്തു പിടിച്ചു.

അവൾ കൈതുറന്നു കാണിച്ചു.

ആ മിഠായി കണ്ട് അച്ഛൻ ഞെട്ടി.

'നിനക്കിത് എവിടുന്നു കിട്ടി?'

അച്ഛന്റെ ചോദ്യത്തിന് അവൾ വിശദമായി കാര്യങ്ങൾ പറഞ്ഞു. ആ മിഠായി, അച്ഛൻ അവളുടെ കൈയ്യിൽ നിന്നും വാങ്ങി.

അവൾ പറഞ്ഞു, 'അച്ഛാ അതിലൊരാളെ ഇന്ന് ആ കള്ള് ഷാപ്പിനു മുന്നിൽ വെച്ചു ഞാൻ കണ്ടു.' അതോടെ അച്ഛന് കാര്യങ്ങളുടെ കിടപ്പു പിടികിട്ടി.

അവർ സ്ക്കൂൾകുട്ടികളേയും ഗ്യാങ്ങിൽ ചേർത്തു തുടങ്ങിയിരിക്കുന്നു.

'മോള് ഇനി ഇതൊന്നും ശ്രദ്ധിക്കാൻ നിൽക്കണ്ട. നമുക്ക് വേണ്ടതു ചെയ്യാം. അച്ഛനും അമ്മയും ഒന്ന് ആലോചിക്കട്ടെ. മോളു പോയി ഉറങ്ങിക്കോ. ഇതിനെക്കുറിച്ച് ആരോടും പറയണ്ട കേട്ടോ.' അച്ഛൻ പറഞ്ഞു.

അവൾ തല കുലുക്കി സമ്മതിച്ചു.

അന്നു രാത്രി മിന്നുവിന്റെ അച്ഛൻ, ഭാര്യയോട് കാര്യങ്ങളുടെ കിടപ്പ് പറഞ്ഞു മനസ്സിലാക്കി.

'മിന്നുവിന്റെ കൈയ്യിൽ ആ മിഠായി കിട്ടിയത് വലിയ തെളിവാണ്. ഇത് ഒരുപാടു കുട്ടികൾ ഉപയോഗിക്കുന്നുണ്ടാവും. ഏതായാലും എടുത്തു ചാടരുത് ഒന്നിനും.

ക്ഷമ വേണം.

അതു കേട്ട് മിന്നുവിന്റെ അമ്മ ആകെ അസ്വസ്ഥയായി.

ഒമ്പതിലും പത്തിലും പഠിക്കുന്ന കുട്ടികളിൽ ചില മാറ്റങ്ങൾ ടീച്ചേഴ്സ് ശ്രദ്ധിക്കുന്നത് സ്റ്റാഫ് റൂമിൽ ചർച്ച ആയത് താനും അറിഞ്ഞതാണ്.

പക്ഷേ, അത് ഇത്രത്തോളം ഗുരുതരമാണോ?

അപ്പോൾ അതിന്റെ ഭാഗമായാകും അന്ന് അവിടെ തല്ലു നടന്നത്. കാര്യങ്ങൾ കൂടുതൽ ശ്രദ്ധിക്കേണ്ടിയിരിക്കുന്നു.

അടിയന്തിരമായി പിടിഎ വിളിക്കണം.

അദ്ധ്യാപകരോടു കാര്യങ്ങൾ പറയണം.

ശാന്തി ടീച്ചർ ആലോചനയിലാണ്ടു.

ഒപ്പം മിന്നുവിന്റെ സുരക്ഷയോർത്ത് ആശങ്കയും തോന്നി.

നേരം വെളുക്കട്ടെ, ടീച്ചർ നിശ്ചയിച്ചു.

5
കൂടുതൽ ആഴത്തിൽപ്പടരുന്ന വേരുകൾ

സ്ക്കൂളിലേക്കു പുറപ്പെടാൻ തയ്യാറായി കാപ്പി കുടിക്കാനിരിക്കുമ്പോൾ എല്ലാവരും ഉണ്ടായിരുന്നു. അമ്മയുടെ മുഖത്ത് ഒരു കടുപ്പമുണ്ട്. മിന്നുവിന് പേടിയുണ്ട്.

അമ്മ വഴക്കു പറയുമോ എന്ന കാര്യത്തിൽ.

അമ്മയ്ക്ക് ഒരു നൂറു കൂട്ടം പണികളുണ്ട്, അതുപോലെ ടെൻഷനും ഉണ്ട്. അതിനിടയിൽ താനും കൂടി വിഷമിപ്പിച്ചോ അമ്മയെ? മിന്നുവിന് സംശയമായി.

എന്താ ചെയ്യുക?

അവൾ വേഗം ദോശ കഴിച്ച് എഴുന്നേറ്റു.

ഏട്ടന് സ്റ്റഡി ലീവ് തുടങ്ങി.

ഏട്ടനും അച്ഛമ്മയും വീട്ടിലുണ്ടാവും.

അച്ഛൻ വൈകിയാവും പോവുക എന്നു തോന്നുന്നു.

ബാഗ് എടുത്ത് തോളിലിട്ട് പുറത്തേക്ക് ഇറങ്ങുമ്പോഴേക്കും അമ്മ എത്തി. രണ്ടു പേരും കൂടി നടന്നു.

'മിന്നുട്ടീ നീ കഴിഞ്ഞ ദിവസം ഏതു കുട്ടികളെയാണ് കണ്ടത്? അവരെ നിനക്ക് അറിയുമോ?'

അമ്മയുടെ ചോദ്യം പെട്ടെന്നായിരുന്നു.

'കണ്ടാൽ അറിയാം മൂന്നു പേരേയും. രണ്ടു പേർ പത്തിലാണ് സിന്ധു ആന്റിയുടെ ക്ലാസിലാണ്. എന്നെ ഒരു ദിവസം ആന്റി, ഗ്രൂപ്പ് സോങ്ങ് പാടാൻ വേണ്ടി അവിടേക്ക് വിളിപ്പിച്ചപ്പോൾ അവർ അവിടെ ഉണ്ടായിരുന്നു. ഞങ്ങൾ പാടുന്നതിനിടയിൽ ശബ്ദമുണ്ടാ

ക്കിയതിന് അവർ രണ്ടു മൂന്നു കുട്ടികളെ ടീച്ചർ വഴക്കുപറഞ്ഞത് ഞാൻ കണ്ടിരുന്നു. മറ്റേക്കുട്ടി ഒമ്പതിലാണെന്നു, തോന്നുന്നു. ശരിക്ക് അറിയില്ല എനിക്ക്.'

'അന്ന് കുറേ മിഠായി അയാൾ അവർക്കു കൊടുത്തോ?'

'ഉം. ഒരു കവർ തുറന്ന് മാല പോലെയാണ് അതുണ്ടായിരുന്നത്. അതിനിടയിൽ അവർ അറിയാതെ കവറിൽ നിന്നും താഴെ വീണു പോയതാണ് എനിക്കു കിട്ടിയത്. അവർ കുറേ നോട്ടുകളാണ് അയാൾക്ക് കൊടുത്തത്. അയാളത് അതുപോലെ പോക്കറ്റിലിട്ടു.' മിന്നു പറഞ്ഞു.

'ശരി, നീ കൂടുതൽ ഒന്നിലും ഇനി ചെന്നുചാടരുത്. കേട്ടോ.' ശാന്തി ടീച്ചർ മോളെ ഓർമ്മിപ്പിച്ചു.

മിന്നു തലയാട്ടി.

അവർ സ്ക്കൂളിലെത്തി.

അന്ന് അസംബ്ലി കഴിഞ്ഞ്, സൈനു ടീച്ചർ എടുത്തു കൊണ്ടു വരാൻ പറഞ്ഞ ഒരു പുസ്തകം ടീച്ചേഴ്സ് റൂമിൽ നിന്നും എടുത്ത് ക്ലാസിലേക്കു വരുമ്പോൾ അവൾ കണ്ടു, തലേന്നു കണ്ട അതേ വേഷത്തിൽ അയാളും മറ്റൊരാളും അവളുടെ എതിരെ നടന്നു വരുന്നു! മിന്നു ഒന്ന് നടുങ്ങി. അവളെ കടന്നു പോകുമ്പോൾ അയാൾ മിന്നുവിനെ രൂക്ഷമായി ഒന്നു നോക്കി.

പേടിച്ച മിന്നു ഒറ്റ ഓട്ടമായിരുന്നു ക്ലാസിലേക്ക്.

അതൊരു വലിയ സ്ക്കൂളാണ്.

ഒറ്റ നില ഓടിട്ട കെട്ടിടങ്ങളിലാണ് ക്ലാസ്സുകൾ നടക്കുന്നത്.

രക്ഷാകർത്താക്കൾ പലരും വന്നു പോകുന്നതിനാൽ മുതിർന്ന വരെ അധികമാരും ശ്രദ്ധിക്കുകയുമില്ല.

ചെറിയ കുട്ടിയല്ലേ, ക്ലാസ്സിൽ തിരിച്ചെത്തിയ മിന്നുവിന്റെ മുഖം കണ്ട് ടീച്ചർ കാര്യം അന്വേഷിച്ചു.

അവൾ അവിടെ രണ്ടു പേരെ കണ്ട കാര്യം പറഞ്ഞു.

എന്നാൽ അത് ഏതെങ്കിലും കുട്ടികളുടെ രക്ഷാകർത്താക്കളായിരിക്കും എന്നു പറഞ്ഞ് ടീച്ചർ അവളെ സമാധാനിപ്പിച്ചു.

പക്ഷേ, അവൾക്ക് അറിയാമായിരുന്നു സത്യമതല്ല എന്ന്.

അന്ന് ഉച്ചക്ക് ഊണുകഴിച്ചു കഴിഞ്ഞ് കൈകഴുകാൻ കൂട്ടുകാർക്കൊപ്പം പൈപ്പിൻ ചുവട്ടിൽ ചെന്നപ്പോൾ അവിടെ അന്നു മിഠായി വാങ്ങാൻ വന്ന ആ ചേട്ടന്മാരും ഉണ്ടായിരുന്നു.

അവരെ കണ്ടതും മിന്നു ഒന്ന് ഞെട്ടി.

അവൾ വേഗം കൈ കഴുകി ക്ലാസ്സിലേക്ക് ഓടി.

കൂട്ടുകാർ വന്ന് കളിക്കാൻ വിളിക്കും വരെ അവൾ ക്ലാസ്സിൽ തന്നെ ഇരുന്നു. ഒടുവിൽ അവളും കളിക്കാനിറങ്ങി.

കളിക്കുന്നതിനിടയിൽ നാലഞ്ചു കുട്ടികൾ അവളുടെ ക്ലാസ് കെട്ടിടത്തിന്റെ പിന്നിലേക്ക് പോകുന്നതും, കുറച്ചു സമയം കഴിഞ്ഞു മടങ്ങുന്നതും അവൾ കണ്ടു. അന്നു കണ്ട കുട്ടികൾ അല്ല. കൂടുതൽ പേർ അപ്പോൾ ആ മിഠായി വാങ്ങുന്നുണ്ട്.

അവൾ ഉറപ്പിച്ചു.

ഇതിനിടയിൽ മറ്റൊരു സംഭവമുണ്ടായി.

ലിസി ടീച്ചറാണ് ഗോപകുമാർ സാറിനോട് ആ കാര്യം പറഞ്ഞത്. ഒമ്പതിലെ കെമിസ്ട്രി ടീച്ചറാണ് ലിസി ടീച്ചർ. ടീച്ചർ ക്ലാസ് എടുക്കുമ്പോൾ കുറച്ചു കുട്ടികൾ തീരെ ഒന്നും ശ്രദ്ധിക്കുന്നില്ല എന്നത് കണ്ട് അടുത്തുചെന്നു നോക്കുമ്പോൾ ബാക്ക്ബെഞ്ചിലെ നാലു പേർ നല്ല ഉറക്കം.

പഠിപ്പിക്കുമ്പോൾ ക്ലാസിലിരുന്ന് ഉറങ്ങുകയാണ്.

എത്രമാത്രം ശ്രദ്ധയോടെ ഇരുന്നുപഠിക്കേണ്ട പാഠങ്ങളാണ് കഷ്ടപ്പെട്ട് പഠിപ്പിക്കുന്നത്.

അവരോട് പലവട്ടം മുന്നിൽ ഇരിക്കാൻ പറഞ്ഞിട്ടുള്ളതാണ്.

പക്ഷേ, അനുസരിക്കില്ല.

ഇപ്പോൾ ഉറക്കം എന്നു പറഞ്ഞാൽ ഒരു വല്ലാത്ത ഉറക്കം.

ഇങ്ങനെയുമുണ്ടോ ഒരു ഉറക്കം എന്നോർത്ത് തട്ടി വിളിച്ച് ഉണർത്തുമ്പോൾ കണ്ണൊക്കെ ചുമന്ന് തുടുത്ത് വല്ലാത്ത രൂപം. പേടിച്ചുപോയി.

അതിൽ പന്തികേടു തോന്നിയ കാര്യമാണ് ഗോപകുമാർ സാറിനോട് ടീച്ചർ പറഞ്ഞത്.

അതു കേട്ട് സാർ പറഞ്ഞു,

'ടീച്ചറേ, എന്തൊക്കെയോ പ്രശ്നങ്ങൾ എനിക്കും തോന്നുന്നു. പത്തിൽ എന്റെ ഇ ഡിവിഷനിൽ പുതുതായി വന്നു ചേർന്ന രണ്ട് പയ്യന്മാരില്ലേ, അവന്മാർക്ക് പഠിക്കാൻ ഒരു താൽപര്യവുമില്ല. ഫുൾ എപ്ലസ് കിട്ടാനാ പാവം എച്ച് എം കിടന്നു കഷ്ടപ്പെടുന്നത്. പക്ഷേ, പിള്ളേര് പഠിക്കണ്ടേ? ഏതായാലും എച്ച് എം ന്റെ ശ്രദ്ധയിൽപ്പെടുത്തണം വിവരങ്ങൾ. നമുക്ക് നാളെ ടീച്ചറെ കാണാം. വിശദമായി സംസാരിക്കാം.'

ആശങ്കകൾ ഉള്ളിലൊതുക്കി ആ അധ്യാപകർ സ്റ്റാഫ് റൂമിലേക്കു മടങ്ങി. മുറ്റത്തെ മരത്തിൽ നിന്നും കിളികൾ ദൂരേയ്ക്ക് പറന്നുപോയി.

അധ്യായം 6
കുട്ടികളാണ്, പക്ഷേ...

വൈകുന്നേരം സ്ക്കൂൾ വിട്ട് കുട്ടികൾ പുറത്തേക്കു പോകുന്നതിനിടയിലാണ് അന്നത് സംഭവിച്ചത്, ഓരോ ക്ലാസിൽ നിന്നും വരി വരിയായിട്ടാണ് കുട്ടികൾ സ്ക്കൂളിനു പുറത്തേക്കു പോകാറ്.

എന്നിരുന്നാലും ഗേറ്റ് ആകുമ്പോഴേക്കും ഇത്തിരി തിക്കും തിരക്കും ഉണ്ടാകുന്നതും പതിവാണ്.

എന്നാൽ അന്ന് ഗേറ്റിനും കുറേ മുന്നിൽ വെച്ച് കുറച്ചു കുട്ടികൾ തമ്മിൽ പെട്ടെന്ന് ഉന്തും തള്ളുമുണ്ടായി.

അദ്ധ്യാപകർ ഓടി എത്തുമ്പോഴേക്കും എട്ടാം ക്ലാസിൽ പഠിക്കുന്ന അനന്തുവിനെ കുറച്ചു കുട്ടികൾ തല്ലുകയും ചവിട്ടി നിലത്തിടുകയും ചെയ്തു കഴിഞ്ഞിരുന്നു.

ആദ്യം ഓടി എത്തിയത് ജോസഫ് സാർ ആണ്.

അപ്പോഴേക്കും മറ്റുള്ളവരും എത്തി.

വളഞ്ഞിട്ടു തല്ലിയ കുട്ടികളുടെ ഭാവമാറ്റമാണ് അദ്ധ്യാപകർക്ക് വിചിത്രമായിത്തോന്നിയത്.

അദ്ധ്യാപകരെ കണ്ടിട്ടുപോലും അവർ ഭയന്ന് പിന്മാറാൻ കൂട്ടാക്കിയില്ല. പിന്നെ ബലമായി അവരെ പിടിച്ചു മാറ്റുകയായിരുന്നു.

ധാരാളം കുട്ടികൾ ഈ സംഭവം കണ്ട് ആകെ പരിഭ്രാന്തരായി.

തല്ലുകൊണ്ടു നിലത്തുവീണ കുട്ടിയുടെ മുഖത്ത് വല്ലാതെ ചവിട്ടേറ്റിരുന്നു.

അപ്പോഴേക്കും ശാന്തി ടീച്ചർ അവിടേക്ക് ഓടി എത്തി.

രണ്ട് അധ്യാപകരോട് അനന്തുവിനെ ആശുപത്രിയിൽ എത്തിക്കാൻ ഏൽപ്പിച്ച് തല്ലുണ്ടാക്കിയവരെ ഓഫീസ് റൂമിലേക്ക് വിളിപ്പിച്ചു. അവർ അഞ്ചു പേരുണ്ടായിരുന്നു.

പത്തിലും ഒമ്പതിലും പഠിക്കുന്ന കുട്ടികളാണവർ.

അവരുടെ ക്ലാസ് ടീച്ചർമാരോടും വേഗം ഓഫീസിൽ എത്താൻ ആവശ്യപ്പെട്ടു.

അഞ്ചു പേരുടെയും വീട്ടുകാരോടും വിവരം പറയാൻ ടീച്ചർ, ക്ലാസ് അദ്ധ്യാപകരോട് നിർദ്ദേശിച്ചു.

അഞ്ചു പേരും ഓഫീസ് റൂമിൽ ടീച്ചറുടെ മുന്നിൽ തലതാഴ്ത്തി നിന്നു. ശാന്തി ടീച്ചർ അഞ്ചു പേരോടും അവരുടെ ബാഗുകൾ സുനിൽ സാറിനെ ഏൽപ്പിക്കാൻ പറഞ്ഞു.

അവരിൽ, ഒമ്പതാം ക്ലാസുകാരൻ അഭിറാം മാത്രം ബാഗ് കൈ

മാറാൻ വിസമ്മതിച്ചു. സുനിൽ സാർ അല്പം ശബ്ദം ഉയർത്തി പറഞ്ഞപ്പോഴാണ് അവൻ അസ്വസ്ഥതയോടെ ആ ബാഗ് കൈമാറിയത്.

സുനിൽ സാർ ആ ബാഗുകൾ ശാന്തി ടീച്ചറിന്റെ മുന്നിലുള്ള മേശപ്പുറത്ത് എല്ലാവരും കാൺകെ വെച്ചു.

അതിനിടയിൽ ആ അഞ്ചുപേരിൽ ഒരാൾ തളർന്നുവീഴാൻ തുടങ്ങി. സൈനബ ടീച്ചർ വേഗം ആ പയ്യനെ താങ്ങി അടുത്തുള്ള കസേരയിൽ ഇരുത്തി, അവനു വെള്ളം കൊടുത്തു.

അതോടെ പ്യൂൺ വിജയൻ ചേട്ടൻ വന്ന് രുണ്ടു ബഞ്ച് പിടിച്ചിട്ട് കുട്ടികളെ അതിൽ ഇരുത്തി. അതിനു പിന്നാലെ ഒരാളുടെ അച്ഛൻ ഓടിപ്പിടഞ്ഞ് സ്ക്കൂളിലെത്തി.

അച്ഛനെ കണ്ടതും അതിൽ അഭിഷേക് കരയാൻ തുടങ്ങി.

വല്ലാത്ത ശബ്ദത്തിലെ ആ കരച്ചിലിൽ അസ്വാഭാവികത കണ്ട് അദ്ധ്യാപകർ ആകെ പരിഭ്രമിച്ചു.

അതോടെ ശാന്തി ടീച്ചർ, വിദ്യാർത്ഥികളെ അടുത്ത മുറിയിലേക്കു മാറ്റിയിരുത്താൻ ആവശ്യപ്പെട്ടു.

അവരുടെ ചുറ്റും അധ്യാപകർ നാലഞ്ചു പേർ കാവൽ നിന്നു.

ഒരു മണിക്കൂറിനുള്ളിൽ മറ്റ് രക്ഷാകർത്താക്കളും എത്തി. എല്ലാവരും വന്ന ശേഷം കുട്ടികളെ അവിടേക്ക് കൊണ്ടുവന്നു. പിന്നെ അവരുടെ ബാഗ് പരിശോധിക്കാൻ തുടങ്ങി.

അഭിറാമിന്റെ ബാഗിന്റെ ഒരു അറയിൽ രണ്ടു വലിയ പാക്കറ്റ് മിഠായികൾ അവർ കണ്ടെടുത്തു.

വിശദമായ പരിശോധനയിൽ ധാരാളം പണവും.

മറ്റു നാലു പേരുടെ ബാഗിൽ നിന്നും കുറച്ച് മിഠായികൾ മാത്രം കണ്ടെടുത്തു.

ഈ സമയം മറ്റൊന്നുകൂടി സംഭവിക്കുന്നുണ്ടായിരുന്നു, മിന്നു അമ്മയെക്കാത്ത് ഓഫീസ് റൂമിന്റെ ഒരു ഭാഗത്ത് നിൽക്കുമ്പോൾ, അവൾ മുൻപ് കണ്ട അതേ മനുഷ്യൻ ഓഫീസിലേക്കു വരുന്നതും, അകത്തു കയറാതെ അവിടെ നിന്ന ഗീത ടീച്ചറോട് എന്തോ ചോദിച്ചശേഷം ചുറ്റുംനോക്കിയിട്ട് അവിടെ നിന്നും വേഗം പോവുകയും ചെയ്തു.

അയാൾ മിന്നുവിനെ കണ്ടിരുന്നില്ല.

മിന്നു വേഗം സ്റ്റാഫ് റൂമിന്റെ അകത്തേക്കു മാറിനിന്നു.

ബാഗ് പരിശോധിച്ച ശേഷം കുട്ടികളുടെ ശരീരപരിശോധന രക്ഷാകർത്താക്കളോട് അധ്യാപകരുടെ മുന്നിൽ വെച്ചു നടത്താൻ

ആവശ്യപ്പെട്ടു.

പ്രത്യേകിച്ച് ഒന്നും കണ്ടെടുത്തില്ലെങ്കിലും കുട്ടികളുടെ ശരീര ഭാഷ തീർത്തും വ്യത്യസ്തമായിരുന്നത് അദ്ധ്യാപകരേയും രക്ഷാ കർത്താക്കളേയും ഒരുപോലെ കുഴക്കി.

ഇതിനിടയിൽ, തല്ലുണ്ടാക്കിയത് എന്തിനെന്നു ചോദിച്ച് രണ്ടു വഴക്കു പറഞ്ഞ് വീട്ടിൽ പറഞ്ഞു വിടുന്നതിനു പകരം ഇങ്ങനെ എല്ലാ ടീച്ചേഴ്സിനേയും പിടിച്ചു നിർത്തുന്നതിൽ ചെറിയ ബുദ്ധി മുട്ടുകൾ ചില അദ്ധ്യാപകർ പറഞ്ഞു തുടങ്ങി. അത് രഹസ്യമായി സുനിൽ സാർ വന്ന് ശാന്തി ടീച്ചറേ അറിയിച്ചു.

ശാന്തി ടീച്ചർ എഴുന്നേറ്റു.

കുട്ടികളെ നിരത്തി നിർത്തി.

ടീച്ചർ ചോദിച്ചു, 'പറയൂ എന്തിനാണ് അനന്തുവിനെ നിങ്ങൾ ഉപദ്രവിച്ചത്?'

ആരും മറുപടി പറഞ്ഞില്ല.

ടീച്ചർ ശബ്ദമുയർത്തി ഒന്നുകൂടി ചോദിച്ചു.

അതോടെ ആ അഞ്ചുപേരിൽ ഏറ്റവും ദുർബലനായ അഭി ഷേക് വലിയ വായിൽ കരഞ്ഞുകൊണ്ട് കാര്യങ്ങൾ പറയാൻ തുട ങ്ങി. അവൻ പറഞ്ഞത് ഇതായിരുന്നു.

അന്ന് ഉച്ചക്ക് ഊണു കഴിഞ്ഞപ്പോൾ അഭിറാമും റോഷനും ആബിദും കൂടിയാണ് അഭിഷേകിന്റെ ക്ലാസിൽ എത്തിയത്. അവർ മൂന്നു പേരും ഒമ്പതാം ക്ലാസിൽ ഒരേ ഡിവിഷനിൽ ആണ് പഠി ക്കുന്നത്. അഭിഷേക് പത്തിൽ എ ഡിവിഷനിലും, അവർ നാലു പേരും കൂടി പത്ത് ഡി ഡിവിഷനിലെ സച്ചിനെ പോയി കണ്ടു.

എന്നിട്ട് ഒരു മൂലയിൽ മാറി നിന്ന് അഭിറാം കൊടുത്ത മിഠായി പോക്കറ്റിൽ ഇടുന്നതിനിടയിൽ അവിടേക്ക് ഓടി വന്ന അനന്തു അറിയാതെ ഇവരെ തള്ളിമാറ്റി.

അനന്തു കളിക്കുന്നതിനിടയിൽ അബദ്ധത്തിൽ അവരെ തള്ളി യതായിരുന്നു.

എന്നാൽ മിഠായി കൈമാറുന്നത് അനന്തു കണ്ടു കാണുമോ എന്ന് അവർക്ക് സംശയമായി.

അതവൻ ആരോടെങ്കിലും പറയുമോ എന്ന ചിന്ത കൂടി ആയ പ്പോൾ അനന്തുവിനെ ഭീഷണിപ്പെടുത്താൻ തീരുമാനിച്ചു.

പക്ഷേ, അതോടെ അനന്തു അവർ ഉപദ്രവിച്ചു എന്ന് ടീച്ചറോടു പറയും എന്നായി. അതിന്റെ പ്രതികാരമായിരുന്നു വൈകുന്നേര ത്തെ തല്ലും ചവിട്ടും.

അതോടെ, അദ്ധ്യാപകർക്ക് എല്ലാവർക്കും കാര്യത്തിന്റെ ഗൗരവം പിടികിട്ടി.

ഇതിനിടയിൽ അഭിഷേകിന്റെ അച്ഛൻ തളർന്നുവീണു.

അഭിറാം ഒഴികെയുള്ള കുട്ടികളും കരച്ചിൽ തുടങ്ങി.

ശാന്തി ടീച്ചർ ആ നാലു കുട്ടികൾക്കും താക്കീതു നൽകിയ ശേഷം, രക്ഷകർത്താക്കളോട് കുട്ടികൾക്ക് ഉടനെ വൈദ്യസഹായം നൽകണം എന്നു പറഞ്ഞ് വിട്ടയച്ചു. ഈ സമയം അദ്ധ്യാപകരിൽ ചിലർ സ്വമേധയാ ആ കുട്ടികൾക്കൊപ്പം ആശുപത്രിയിൽ പോകാൻ തയ്യാറായി.

അതിനു വേണ്ട ഏർപ്പാടാക്കിയ ശേഷം, ശാന്തി ടീച്ചർ, അനന്തുവിന്റെ കാര്യം വിളിച്ച് അന്വേഷിച്ചു.

പരിക്ക് സാരമുള്ളതല്ല, എന്നറിഞ്ഞശേഷം, അടിയന്തിരമായി മറ്റ് അദ്ധ്യാപകരെ വിളിച്ചു ചേർത്തു.

പ്രധാനമായും അഭിറാമിന്റെ കാര്യം എങ്ങനെ കൈകാര്യം ചെയ്യണം എന്നതായിരുന്നു അവരുടെ മുന്നിലുള്ള പ്രശ്നം.

അഭിറാമിന്റെ അച്ഛന് കൂലിപ്പണിയാണ്.

അയാൾ തല കുനിച്ച് ഓഫീസ് റൂമിൽ ഇരിപ്പുണ്ട്.

അഭിറാമിനാകട്ടെ യാതൊരു ഭാവവ്യത്യാസവും ഇല്ല.

അവന്റെ അച്ഛന്റെ കണ്ണ് നിറഞ്ഞൊഴുകുന്നത് കണ്ടിട്ടും അവനൊരു കൂസലുമില്ല. അദ്ധ്യാപകർ പലവിധത്തിൽ ചോദ്യം ചെയ്തിട്ടും അവൻ ഒന്നും പറയാൻ കൂട്ടാക്കിയില്ല.

അതോടെ സുനിൽ സാർ പറഞ്ഞു, 'ഇനി മതി. പോലീസിനെ വിളിക്കാം എന്ന്.'

അതോടെ അഭിറാമിന്റെ അച്ഛൻ ഉച്ചത്തിൽ കരഞ്ഞു.

അയാൾ മകന്റെ മുന്നിൽ നിന്നു കെഞ്ചി, ഒടുവിൽ കുറേ ഭയപ്പെടുത്തലുകൾക്കു ശേഷം അവൻ, തനിക്ക് മിഠായി എത്തിച്ചു തരുന്ന ആളെക്കുറിച്ചു പറഞ്ഞു. ഇതിനിടയിൽ പോലീസ് ഉദ്യോഗസ്ഥർ രണ്ടുപേർ അവിടെ എത്തി.

ശാന്തി ടീച്ചർ നേരത്തേ തന്നെ അവരെ കാര്യങ്ങൾ അറിയിച്ചിരുന്നു.

അഭിറാം കൂടുതൽ വെളിപ്പെടുത്തിത്തുടങ്ങി.

വെക്കേഷൻ സമയത്തു തുടങ്ങിയ ശീലം.

അവനത് ഇല്ലാതെ പറ്റില്ല.

പുതിയ ആൾക്കാരെ കണ്ടെത്തിയാൽ മാത്രമേ അവന് ആവശ്യമുള്ളത് സൗജന്യമായി കിട്ടുകയുള്ളൂ.

അതിനു വേണ്ടിയാണ് അവൻ കൂട്ടുകാരെക്കൂടി ഇത് ഉപയോഗിക്കാൻ പ്രേരിപ്പിക്കുന്നത്.

സ്ക്കൂൾ കുട്ടികൾ അല്ലാതെ ചില മുതിർന്നവരും അവന്റെ കസ്റ്റമർമാരായിട്ടുണ്ട്.

അവർക്ക് ഈ മിഠായി അല്ല, മറിച്ച് ഒരു തരം പൊടിയാണ് നൽകുക.

അത് അവൻ വാങ്ങുകയല്ല.

അവൻ ഇടനിലക്കാരൻ മാത്രമാണ്.

അവനെ ചിലർ ഏൽപ്പിക്കും.

അവൻ ലക്ഷ്യത്തിൽ എത്തിക്കും.

അതിന്റെ കൂലിയായി അവനു വേണ്ട ലഹരി അവർ നൽകും.

ഒരാളെ കൂട്ടത്തിൽ ചേർത്താൽ വലിയ നേട്ടമാണ്.

ആ പൊടിയ്ക്ക് വലിയ വിലയാണ്. കുറേ നിർബന്ധിച്ചപ്പോൾ, പോലീസിന്റെ ശബ്ദവും ഒന്ന് ഉയർന്നപ്പോൾ അവൻ അടിവസ്ത്രത്തിൽ നിന്നും ചെറിയ പ്ലാസ്റ്റിക് പൗച്ച് പുറത്തെടുത്തു.

അത് അപ്പോൾത്തന്നെ പോലീസ് സീൽ ചെയ്തു മാറ്റി. അവന് ഈ പ്രവർത്തിയിൽ യാതൊരു ലജ്ജയും തോന്നിയിരുന്നില്ല, ഭയവും ഇല്ല. അവന്റെ ആഗ്രഹം വലിയൊരു ഗുണ്ട ആകണമെന്നാണന്നു കൂടി കേട്ടപ്പോൾ പോലീസുകാർ പോലും സ്തംഭിച്ചു പോയി. അഭിറാമിന് മയക്കുമരുന്നിന്റെ പിടിയിൽ നിന്നും പുറത്തു കടക്കാൻ ലഹരിവിമോചന ക്ലിനിക്കിന്റെ സഹായം അത്യാവശ്യമാണെന്നു കണ്ട് പോലീസ് അതിനു വേണ്ട കാര്യങ്ങൾ ഒരുക്കാൻ തയ്യാറായി.

വയസു വെറും പതിനാലാണ് അവന്.

സ്ക്കൂളും അവനെ രക്ഷിക്കാൻ ഒപ്പം നിൽക്കാം എന്ന് ഉറപ്പു നൽകി. അവനേയും അച്ഛനേയും സുനിൽ സാർ ഡോക്ടറുടെ അടുത്ത് എത്തിക്കാം എന്നു പറഞ്ഞു. തൽക്കാലം കാര്യങ്ങൾ അവിടെ നിർത്തി. അദ്ധ്യാപകർ മിക്കവരും ഇറങ്ങിക്കഴിഞ്ഞു. ഇനി ശാന്തി ടീച്ചറും, വിജയൻ ചേട്ടനും, ജോസഫ് സാറും കൂടിയേ ഇറങ്ങാനുള്ളൂ.

എല്ലാവരും ഇറങ്ങാൻ തയ്യാറായി.

അപ്പോഴാണ് ടീച്ചർ മിന്നുവിന്റെ കാര്യം ഓർത്തത്. അവളെ കാണുന്നില്ല.

ടീച്ചർ അകെ പരിഭ്രമിച്ചു.

അവൾ എവിടെ?

അവൾ വീട്ടിൽപ്പോയിക്കാണുമോ?

ടീച്ചർ ശരീരം തളർന്ന് കസേരയിൽ തലയ്ക്കു കൈയും കൊടുത്ത് ഇരിപ്പായി.

7
മിന്നു എവിടെ?

'മിന്നൂ..... മിന്നു എവിടെ?'

മറുപടിയായി യാതൊരു ശബ്ദവും ടീച്ചറെത്തേടി എത്തിയില്ല.

ടീച്ചർമാർ ഏകദേശം എല്ലാവരും അപ്പോഴേക്കും പോയിക്കഴിഞ്ഞിരുന്നു. ശാന്തി ടീച്ചറും, ജോസഫ് സാറും വിജയൻ ചേട്ടനും മാത്രമേ ഇനി ഇറങ്ങാനുള്ളൂ.

സാധാരണ ഗതിയിൽ ക്ലാസിൽ നിന്നും മിന്നു നേരെ വന്ന് ഓഫീസ് വരാന്തയിൽ നിൽക്കും. ശാന്തി ടീച്ചറിന് മറ്റ് തിരക്കുകൾ ഉണ്ടെങ്കിൽ വീട്ടിൽ വിളിച്ചു പറയും മിന്നു വരുമ്പോഴേക്കും ആരെങ്കിലും തോട്ടുവക്കിൽ വന്നു നിൽക്കണമെന്ന്.

അവിടെ നിന്നാൽ മിന്നു മൈതാനം മുറിച്ചു കടന്നു വരുന്നതു കാണാൻ പറ്റും.

മിന്നുവിനോടും പറയും, വേഗം പൊയ്ക്കോ എന്ന്.

പക്ഷേ, ഇന്ന് അതൊന്നും സാധിച്ചില്ല.

വീട്ടിൽ പോകാനായി ഇറങ്ങുന്ന സമയത്താണ് ഇക്കണ്ട സംഭവങ്ങൾ ഒക്കെ ഉണ്ടായത്.

ആ ബഹളത്തിൽ അവളെക്കുറിച്ചു മറന്നു.

ടീച്ചർക്ക് വല്ലാത്ത സങ്കടം വന്നു.

അതിനേക്കാൾ പരിഭ്രമവും. ജോസഫ് സാർ വേഗം വീട്ടിലേക്കു വിളിച്ചു. ഇല്ല, മിന്നു വീട്ടിൽ എത്തിയിട്ടില്ല.

അവൾ പിന്നെ എവിടെപ്പോയി.

ജോസഫ് സാർ ഓഫീസ് റൂം മുഴുവൻ നോക്കാൻ തീരുമാനിച്ചു. വിജയൻ ചേട്ടൻ പുറത്ത് സ്കൂൾ പരിസരത്തും അവളെ തിരഞ്ഞ് ഇറങ്ങി.

ശാന്തി ടീച്ചർ വേഗം ഭർത്താവിനെ വിളിച്ചു.

ജോസഫ് സാറിന്റെ ഫോൺ ചെന്നപ്പോൾ തന്നെ, മിന്നുവിന്റെ ഏട്ടനും അച്ഛനും കാറിൽ സ്ക്കൂളിലേക്കു പുറപ്പെട്ടിരുന്നു.

എല്ലാവരുടേയും ഉള്ളിൽ നല്ല ആശങ്കയുണ്ട്.

എവിടെപ്പോയി അവൾ?

ഉറക്കെ വിളിച്ചിട്ടും മറുപടിയില്ല. ഇരുട്ടിയിരിക്കുന്നു.

സ്ക്കൂളിന്റെ മിക്ക ഭാഗത്തും വെളിച്ചവുമില്ല.

പരമാവധി അഞ്ചര മണിയോടെ പൂട്ടിപ്പോക്കുന്നിടമാണല്ലോ സ്ക്കൂൾ. വീട്ടിലും ഇല്ല, സ്ക്കൂളിലും ഇല്ല.

ആരെങ്കിലും അവളെ...

ശാന്തി ടീച്ചറുടെ ചിന്ത കാടുകയറി.

പോലീസിൽ പറയണോ എന്നു ചിന്തിക്കുമ്പോൾ ഗീത ടീച്ചർ ശാന്തി ടീച്ചറെ വിളിച്ചത്. കാര്യങ്ങൾ എന്തായി എന്നറിയാൻ വിളിച്ചതാണ്. അപ്പോഴാണ് ഗീത ടീച്ചർ ഒരാൾ അവിടേക്കു വന്നതും എന്താണ് അടിപിടി എന്നും, ആരൊക്കെയാണ് അതിൽ ഉണ്ടായിരുന്നത് എന്നും ചോദിച്ചതായി പറഞ്ഞത്.

ഒപ്പം മിന്നു ഓഫീസ് വരാന്തയിൽ ഉണ്ടായിരുന്നുവെന്നും, അയാൾ പോയതിനു പിന്നാലെ അവൾ ലേഡീസ് സ്റ്റാഫ് റൂമിലേക്കു കയറിയെന്നും ടീച്ചർ പറഞ്ഞു.

അതോടെ ശാന്തി ടീച്ചറിന് ശ്വാസം നേരെ വീണു.

പക്ഷേ, ചെന്നു നോക്കുമ്പോൾ ആ മുറി പുറത്തു നിന്നും പൂട്ടിയിട്ടുണ്ട്. ടീച്ചർ വേഗം വിജയനെ വിളിച്ചു.

സ്റ്റാഫ് റൂം ആരാ പൂട്ടിയത് എന്നു ചോദിച്ചു.

ടീച്ചർമാർ ആരോ മുറി പൂട്ടി താക്കോൽ തന്റെ കൈയ്യിൽ തരുകയായിരുന്നുവെന്ന് അയാൾ പറഞ്ഞു.

അപ്പോഴേക്കും മിന്നുവിന്റെ അച്ഛനും ഏട്ടനും എത്തി.

വേഗം സ്റ്റാഫ് റൂം തുറന്നു.

ഒറ്റ നോട്ടത്തിൽ മിന്നു അവിടെ ആരും ഉള്ള ലക്ഷണമില്ല.

ലൈറ്റ് ഇട്ട് എല്ലാവരും തിരഞ്ഞു.

ഒടുവിൽ, ഒരു വലിയ തട്ടിയുടെ മറവിൽ മേശയുടെ കീഴിൽ ഇരുന്ന് ഉറങ്ങുന്ന മിന്നുവിനെ അവർ കണ്ടെത്തി.

ബഹളം കേട്ട് മിന്നു ഞെട്ടി ഉണർന്നു.

അവൾക്കു കാര്യമൊന്നും പിടികിട്ടിയില്ല.

മുന്നിൽ അച്ഛനും ഏട്ടനും അമ്മയും ജോസഫ് സാറും വിജയനങ്കിളും.

അവളെ മേശയ്ക്കിടയിൽ നിന്നും അച്ഛൻ വാരിയെടുത്തു.

എന്താ സംഭവിച്ചത് എന്നു ചോദിച്ചു.

അവൾ പറഞ്ഞു, 'അന്നു കണ്ട അയാൾ വന്നു ഗീത ടീച്ചറോട് എന്തോ ചോദിച്ചു. എനിക്ക് പേടിയായി. ഞാൻ ഒളിച്ചിരിക്കാൻ വന്നതാ ഇവിടെ.'

ഏതായാലും എല്ലാവർക്കും ശ്വാസം നേരെ വീണു. വേഗം സ്ക്കൂൾ പൂട്ടി എല്ലാവരും മടങ്ങി. പോകുന്ന വഴിയിൽ അച്ഛൻ മിന്നുവിനോടു ചോദിച്ചു മോൾ എന്തിനാ പേടിച്ചത് എന്ന്.

അവൾ അന്ന് സ്കൂളിൽ വെച്ച് അയാളെ കണ്ടതും, അയാൾക്ക് അവളെ നന്നായി അറിയാം എന്നതും ഒക്കെ പറഞ്ഞു.

തിരിച്ചു വീട്ടിലെത്തിയ ശേഷം അമ്മ, സ്ക്കൂളിൽ നടന്ന കഥ കൾ എല്ലാവരോടും ചർച്ച ചെയ്തു.

മിന്നു തലേ ദിവസം ആ മിഠായി അച്ഛനു കാണിച്ചു കൊടുത്ത തുകൊണ്ടാണ് വെറും ഒരു ഉന്തും തള്ളും എന്നു കരുതി ശ്രദ്ധി ക്കാതെ പോകുമായിരുന്ന ഒരു നിസ്സാരസംഭവത്തെ അങ്ങനെ അവഗണിക്കാതിരുന്നതും, അല്പം എതിർപ്പും മുറുമുറുപ്പം സഹ പ്രവർത്തകരിൽ നിന്നും ഉയർന്നിട്ടും തന്റെ നിലപാട് ശരിയെന്ന് ഉറച്ചു വിശ്വസിച്ചു മുന്നോട്ടു നീങ്ങിയതെന്നും ശാന്തി ടീച്ചർ പറ ഞ്ഞു.

അതു കേട്ട്, മിന്നുവിന്റെ അച്ഛമ്മ മരുമകളെ അഭിനന്ദിച്ചു.

ശരിയെന്നു തോന്നുന്ന വഴിയിലൂടെ സഞ്ചരിക്കുമ്പോൾ മറ്റു ള്ളവരുടെ എതിർപ്പു നേരിടേണ്ടി വന്നാലും തളരരുത് എന്നും ആ പഴയ പ്രധാന അദ്ധ്യാപിക മരുമകളെ ഓർമ്മിപ്പിച്ചു.

അപ്പോൾ മിന്നുവിന്റെ അമ്മ പറഞ്ഞു, 'അമ്മേ, ഞാൻ യഥാർ ത്ഥത്തിൽ ഒരു കാരണം കിട്ടാൻ കാത്തിരിക്കുകയായിരുന്നു. പത്താം ക്ലാസ്സിൽ ചില കുട്ടികളുടെ പെരുമാറ്റത്തിലെ അസ്വാഭാവി കമാറ്റം അദ്ധ്യാപകർ റിപ്പോർട്ട് ചെയ്തിരുന്നു. ഞാനത് കൃഷ്ണേ ട്ടനോടു സംസാരിച്ചിരുന്നു. അങ്ങനെ സംസാരിച്ചതുകൊണ്ട്, എന്താണു ചെയ്യേണ്ടത് എന്നതിനെക്കുറിച്ചു ധാരണ കിട്ടി.'

ചായ കുടിച്ചു കഴിഞ്ഞ് ശാന്തി ടീച്ചർ കുട്ടികൾക്കൊപ്പം നിൽ ക്കുന്ന അദ്ധ്യാപകരെ വിളിച്ചു.

അനന്തുവിനെ മുറിവു ഡ്രസ് ചെയ്തു വീട്ടിലേക്ക് വിട്ടിരുന്നു. അനന്തുവിന്റെ അച്ഛനോടും അമ്മയോടും ടീച്ചർ സംസാരിച്ച്, അവരെ സമാധാനിപ്പിച്ചു.

പ്രശ്നക്കാർ അഞ്ചുപേരിൽ നാലുപേരുടെ അച്ഛനമ്മമാരോടും ടീച്ചർ സംസാരിച്ചു. ഒരാഴ്ച അവർക്കു വേണ്ട കൗൺസലിങ്ങും വൈദ്യസഹായവും നൽകി വീട്ടിൽ നിരീക്ഷിക്കാൻ ഏർപ്പാടാക്കി. അതിനു ശേഷം അഭിറാമിന്റെ അച്ഛനെ വിളിച്ചു.

പണത്തിന്റെ കുറവുകൊണ്ട് അവനു വേണ്ട വൈദ്യസഹായം മുടങ്ങരുത് എന്ന് പ്രത്യേകം പറഞ്ഞു.

എല്ലാം ഒന്ന് ഒതുക്കി അത്താഴവും കഴിച്ച് കിടക്കാനൊരുങ്ങുമ്പോഴും ടീച്ചറിനോ മിന്നുവിന്റെ അച്ഛനോ അറിയില്ലായിരുന്നു അവർ വലിയ മഞ്ഞുമലയുടെ തുമ്പു മാത്രമേ കണ്ടെടുത്തിട്ടുള്ളുവെന്ന്.

അധ്യായം 8
മാറ്റങ്ങൾക്കു തുടക്കമാകുന്നു

എല്ലാം സാധാരണ നിലയിലാണെന്നു തോന്നും വിധമാണ് ശാന്തി ടീച്ചർ അന്ന് രാവിലെ സ്ക്കൂളിൽ പെരുമാറിയത്. അസംബ്ലിയിൽ ഹെഡ്മിസ്ട്രസ് തലേ ദിവസം ഉണ്ടായ അടിപിടിയെക്കുറിച്ച് ഒന്നു സൂചിപ്പിച്ചതു പോലുമില്ല. എല്ലാവരും പഠനത്തിലും പാഠ്യേതര പ്രവർത്തനങ്ങളിലും ശ്രദ്ധ പുലർത്തണമെന്നും, പത്താം ക്ലാസിൽ എല്ലാവരും എ പ്ലസ് നേടുന്നതാണ് സ്ക്കൂളിന്റെ ലക്ഷ്യമെന്നും കൂടാതെ, നൈറ്റ് ക്ലാസുകൾ ഉടൻ ആരംഭിക്കുമെന്നും, അതിനായി രക്ഷിതാക്കളുടെ ഒരു മീറ്റിങ്ങ് വിളിച്ചു ചേർക്കുമെന്നും ടീച്ചർ പറഞ്ഞു. കുട്ടികൾക്ക് അസ്വാഭാവികമായി യാതൊന്നും അനുഭവപ്പെട്ടില്ല.

എട്ടു മുതൽ പത്താം ക്ലാസുവരെ അഞ്ചു ഡിവിഷനുകൾ ആണ് ആ സ്ക്കൂളിലുള്ളത്. അഞ്ചു മുതൽ ഏഴുവരെയുള്ള ക്ലാസുകൾക്ക് രണ്ടു ഡിവിഷൻ വീതവും. കുട്ടികൾ ധാരാളമുള്ളതിനാൽത്തന്നെ അദ്ധ്യാപകരുടെ ഉത്തരവാദിത്തം വളരെയേറെയാണ്. അതിനൊപ്പം, വളരെ വിശാലമായ സ്ക്കൂൾ വളപ്പിൽ എല്ലാ ഭാഗത്തും കണ്ണെത്തുന്നതും അത്ര എളുപ്പമല്ല. അതിന്റെ ഒക്കെ ബാക്കി പത്രമായിരുന്നു കഞ്ചാവു മിഠായികളുടെ സ്ക്കൂളിലേക്കുള്ള കടന്നുവരവ്.

ശാന്തി ടീച്ചർ എല്ലാം തീരുമാനിച്ചുറപ്പിച്ചാണ് അന്നു സ്ക്കൂളിൽ എത്തിയത്.

ക്ലാസുകളിലേക്ക് ഇറങ്ങുന്നതിനു തൊട്ടു മുൻപായി, അദ്ധ്യാപകരുടെ ഒരു അടിയന്തിര മീറ്റിങ്ങ് ടീച്ചർ വിളിച്ചു ചേർത്തു.

അതുപ്രകാരം അദ്ധ്യാപകർ പ്രവർത്തിച്ചു. ഹൈസ്കൂളിലെ പതിനഞ്ചു ഡിവിഷനുകളിലും കൃത്യം പത്തര മണിക്ക് ക്ലാസ് അദ്ധ്യാപകർ എല്ലാ വിദ്യാർത്ഥികളുടേയും ബാഗ് ക്ലാസ് റൂമിൽ പ്രത്യേകം നിർദ്ദേശിച്ച സ്ഥലത്ത് കൊണ്ടു വയ്ക്കാൻ ആവശ്യപ്പെട്ടു. ഓരോ ക്ലാസിലും അവരെ സഹായിക്കാൻ മറ്റ് അദ്ധ്യാപ

കരും ഉണ്ടായിരുന്നു. അതോടെ അദ്ധ്യാപകരുടെ കർശന നിരീക്ഷണത്തിൽ ആയി ഓരോ വിദ്യാർത്ഥിയുടേയും ബാഗുകൾ. തുടർന്ന് പിടിഎ മെമ്പർമാരുടേയും ഹെഡ്മിസ്ട്രസിന്റെയും നേതൃത്വത്തിൽ ഒരു മിന്നൽ പരിശോധന തന്നെ നടന്നു.

ആ പരിശോധനയുടെ ഫലം ഞെട്ടിപ്പിക്കുന്നതായിരുന്നു.

പതിനെട്ടു വിദ്യാർത്ഥികളാണ് സ്ക്കൂളിൽ ലഹരി കലർന്ന മിഠായികളും പാൻപോലുള്ളവയും ഉപയോഗിക്കുന്നത് എന്നു കണ്ടെത്തി.

അതിൽ പെൺകുട്ടികളും ഉണ്ട് എന്നതും കുട്ടികളിൽ പലരുടെയും കൈയ്യിൽ ധാരാളം പണം ഉണ്ടായിരുന്നതും അദ്ധ്യാപകരെ സ്തബ്ധരാക്കി.

അദ്ധ്യാപകർക്കും പി ടി എ അംഗങ്ങൾക്കും ഒരു വലിയ പാഠമായി ആ പരിശോധന.

തുടർന്ന്, പ്രശ്നങ്ങൾ ഉള്ള കുട്ടികളെ ഓഫീസ് റൂമിലേക്കു വിളിപ്പിച്ച ശേഷം ക്ലാസുകൾ സാധാരണ പോലെ തുടർന്നു.

അവരോടു സംസാരിക്കാനും പരിശോധിക്കാനും മെഡിക്കൽ കോളേജിൽ നിന്നും രണ്ടു ഡോക്ടർമാരും ഒരു നഴ്സും അടങ്ങുന്ന ടീമും തയ്യാറായിരുന്നു.

ആ കുട്ടികളുടെ രക്ഷാകർത്താക്കൾ ഉച്ചക്കു മുൻപായി സ്ക്കൂളിലെത്തി. തുടർന്ന് വൈകുന്നേരം വരെ കുട്ടികളോട് കാര്യങ്ങൾ ചോദിച്ചറിഞ്ഞു.

ലഹരി വരുന്ന വഴികൾ പലതായിരുന്നു.

കുട്ടികളിൽ കുറച്ചു പേർ കഞ്ചാവ് മിഠായി പോലുള്ളവയും ചിലർ പാൻ ഉൽപ്പന്നങ്ങളും സ്റ്റാമ്പുകളും ഉപയോഗിക്കുന്നുണ്ടായിരുന്നു.

ലഹരി വാങ്ങാനുള്ള പണമാണ് മിക്കവരുടേയും കൈവശം കണ്ടെടുത്തത്. അതിൽ വീട്ടുകാർ അറിയാതെ എടുത്തതും, എന്തിന് മോഷ്ടിച്ചതു പോലും ഉണ്ടായിരുന്നു..

ഒരു പെൺകുട്ടിയുടെ ബാഗിൽ നിന്നും മയക്കുമരുന്ന് ഒന്നും കണ്ടെത്തിയില്ലെങ്കിലും കുറച്ചധികം കാശ് കണ്ടെത്തിയത് പുതിയൊരു ടെൻഷനായി.

അതിന്റെ ഉറവിടം തേടിപ്പോയപ്പോൾ ചെന്നെത്തിയത് ഒരു പ്രണയകഥയിൽ.

പ്രത്യേകിച്ച് ഒരു ജോലിയും ഇല്ലാത്ത സുമുഖനായ കാമുകനു നൽകാൻ വീട്ടിലെ ചില പണികൾക്കായി വീട്ടുകാർ ലോൺ എടു

ത്തു വെച്ച പണമാണ് ആ എട്ടാം ക്ലാസുകാരി ആരും അറിയാതെ എടുത്തു കൊണ്ടുവന്നത്. അതോടെ വീണ്ടും പോലീസിലേക്കു ഫോൺ എത്തി.

വെറും പതിമൂന്നു വയസ്സുള്ള കുട്ടിയുടെ കാമുകനെ കണ്ടെത്ത ണമല്ലോ.

പോലീസ് ഉഷാറായി അന്വേഷിച്ചു.

യാതൊരു ബുദ്ധിമുട്ടും ഇല്ലാതെ പ്രതിയെ കണ്ടെത്തി.

കാമുകനെ നേരിട്ടു കണ്ടിട്ടില്ലാത്ത പെൺകുട്ടിയുടെ മുന്നിൽ സ്ക്കൂളുവിടും മുൻപു തന്നെ കാമുകനെ പിടിച്ചു കൊണ്ടുവന്നു നിർത്തിയതോടെ അവൾ അകപ്പെട്ട ചതിയുടെ വ്യാപ്തി എല്ലാ വർക്കും ബോധ്യപ്പെട്ടു.

ഭാര്യയും കുട്ടിയും ഉള്ള, യാതൊരു ജോലിക്കും പോകാതെ സോഷ്യൽ മീഡിയയിൽ കണ്ണുനട്ട്, കുട്ടികളെ പാട്ടിലാക്കി കാശു തട്ടുന്ന വിരുതനായിരുന്നു അത്.

ഒരു പെൺകുട്ടി മാത്രമല്ല, പല കുട്ടികളും അതോടെ വലിയ തട്ടിപ്പിൽ നിന്നും രക്ഷപ്പെട്ടു.

എല്ലാം കൂടി കണ്ടപ്പോൾ ശാന്തി ടീച്ചർ അക്ഷരാർത്ഥത്തിൽ തലയിൽ കൈ വെച്ച് ഇരുന്നു പോയി.

സ്ക്കൂളുവിടാൻ സമയമായപ്പോൾ മിന്നുവിനെ വീട്ടിലെത്തിക്കാൻ ഏർപ്പാടു ചെയ്ത് ടീച്ചർ കുട്ടികളുടെ ഒപ്പം തന്നെ തുടർന്നു. ഒടുവിൽ കൗൺസലിങ്ങിനോടു തീരെ സഹകരിക്കാത്ത നാലു കുട്ടികളും അവരുടെ വീട്ടുകാരും, കുറച്ച് അധ്യാപകരും ബാക്കി യായി.

കൃത്യമായ വൈദ്യസഹായം ആ കുട്ടികൾക്ക് ആവശ്യമുണ്ട് എന്ന ഡോക്ടർമാരുടെ നിർദ്ദേശപ്രകാരം അവരെ ഡീഅഡിക്ഷൻ സെന്ററിലേക്കു മാറ്റാൻ വേണ്ട നടപടികൾ എല്ലാവരും ചേർന്ന് സ്വീകരിച്ചു.

ഒടുവിൽ വിദ്യാർത്ഥികളും, രക്ഷിതാക്കളും ഡോക്ടർമാരും ഒക്കെ മടങ്ങി.

ശാന്തി ടീച്ചറും കുറച്ച് അധ്യാപകരും ബാക്കിയായി.

അവർ എല്ലാവരും ഓഫീസ് റൂമിൽ ഒരു യോഗം ചേർന്നു.

ജോസഫ് സാർ ആദ്യം സംസാരിച്ചു, 'എച്ച് എം രാത്രി വിളിച്ച് രാവിലെ കുട്ടികളുടെ ബാഗ് പരിശോധിക്കണം എന്ന കാര്യം അവ തരിപ്പിക്കുമ്പോൾ സത്യത്തിൽ ഞാനിത്രയും പ്രതീക്ഷിച്ചിരു ന്നില്ല. മാത്രവുമല്ല, അവസാനം വാദി പ്രതിയാകുമോ, എന്നൊരു

പേടിയും തോന്നിയിരുന്നു.

ടീച്ചർ എന്തുകൊണ്ടാണ് ഇങ്ങനെ ഒരു കാര്യം ഇത്ര ഉറപ്പിൽ തീരുമാനിച്ചത്?'

'സാർ, ഒരാഴ്ച മുൻപായിരുന്നെങ്കിൽ ഞാനൊരിക്കലും ഇത്തരം ഒരു സാഹസത്തിനു നിൽക്കില്ലായിരുന്നു. സത്യത്തിൽ ഗ്രൗണ്ടിൽ അന്നു നടന്ന തല്ല് നിങ്ങൾ ഓർക്കുന്നില്ലേ? അതിലൊരാൾ നമ്മുടെ സ്ക്കൂളിൽ ദിവസവും വന്നു പോകുന്നുണ്ടായിരുന്നുവെന്നു ഞാൻ പറഞ്ഞാലോ?'

ടീച്ചർ ഒന്നു നിർത്തി. അതു കേട്ട് അദ്ധ്യാപകർ പരസ്പരം നോക്കി.

'അതെ സത്യമാണ്. പക്ഷേ, അയാളെ നമ്മുടെ സ്ക്കൂളിലെ ഒരു വിദ്യാർത്ഥി കണ്ടിരുന്നു. പലവട്ടം.'

അതുകൂടി കേട്ടപ്പോൾ അദ്ധ്യാപകർക്ക് അതിശയമായി.

അതാരാ ആ കുട്ടി എന്ന ചോദ്യം എല്ലാവരുടെ മുഖത്തും നിറഞ്ഞു.

'മറ്റാരുമല്ല, മീനു തന്നെ. അന്ന് അടി നടക്കുമ്പോൾ എന്റെ ഒപ്പം അവളും ഉണ്ടായിരുന്നല്ലോ. അവൾ അതിലൊരാളെ ശ്രദ്ധിച്ചിരുന്നു. അന്നും പിറ്റേന്നും അയാൾ അഞ്ചാം ക്ലാസിന്റെ പിറകിലെ മതിൽ എടുത്തുചാടുന്നത് അവൾ കണ്ടു. അവളൊരു കൊച്ചു ഡിക്ടറ്റീവ് ആകാൻ ശ്രമിച്ചതാണ്. എനിക്കറിയാമല്ലോ അവളുടെ രീതികൾ. ഇന്നലെയും ഇന്നും കുട്ടികളുടെ ബാഗിൽ നിന്നും കണ്ടെടുത്തതുപോലുള്ള ഒരു മിഠായിയും അവളുടെ കൈയ്യിൽ കിട്ടി. പുറത്തു നിന്നും വന്ന ആ ആളാണ് നമ്മുടെ കുട്ടികൾക്കു ലഹരി നൽകുന്നതെന്നും അവൾ കണ്ടു പിടിച്ചു. അയാളുടെ കൈയ്യിൽ നിന്നും വീണു പോയതാണ് മിഠായി. അവൾ പറഞ്ഞ ഗ്യാങ്ങിലെ ഒരു കുട്ടി മാത്രമാണ് ഇന്നലെ ഉണ്ടായ തല്ലും പിടിയിൽ ഉണ്ടായിരുന്നത്. അപ്പോൾ ബാക്കിയുള്ളവർ നമ്മുടെ മുന്നിൽ വെളിപ്പെടാതെ നടക്കുകയാണ്. അതാണ് രണ്ടും കല്പിച്ച് ഇറങ്ങാൻ ഞാൻ തീരുമാനിച്ചത്.'

'അയ്യോ ടീച്ചർ, മോളെ അവർ കണ്ടുകാണുമോ? എങ്കിൽ സൂക്ഷിക്കണമല്ലോ...' ജോസഫ് സാർ പറഞ്ഞു.

'എന്റെയും ടെൻഷൻ അതാണ്. ഗീത ടീച്ചറേ, ഇന്നലെ ടീച്ചറോടു വന്നു മിണ്ടിയ ആളില്ലേ അയാളാണ് ഇവിടെ കുട്ടികളെ വഴിതെറ്റിക്കാൻ എത്തുന്നത്.'

'അയ്യോ, അയാളുടെ മട്ട് കണ്ട് എനിക്കും സംശയം തോന്നിയി

രുന്നു. പക്ഷേ, ആ ബഹളത്തിൽ ഞാനത് കാര്യമാക്കിയില്ല.' ഗീത ടീച്ചർ പറഞ്ഞു.

'നമ്മൾ മനസ്സിലാക്കാനുള്ള മറ്റൊരു കാര്യമുണ്ട്, അതെന്താണെന്നോ? മയക്കുമരുന്നുമായി ബന്ധപ്പെട്ടു നടത്തിയ പരിശോധനയിൽ കണക്കിലേറെ പണം കണ്ടെടുത്ത കാര്യം ആരെങ്കിലും ശ്രദ്ധിച്ചോ? ആ എട്ടാം ക്ലാസുകാരിയുടെ മാത്രം കാര്യമല്ല ടീച്ചർ, ഞാൻ പറയുന്നത്. എത്ര കുട്ടികളാണ് ആവശ്യത്തിലേറെ പണം കൈവശം വെച്ചിരിക്കുന്നത്! ഇത്ര അധികം പണം ഇവർക്ക് നൽകുന്നതെന്തിനാണ്?' രമ്യ ടീച്ചറാണതു പറഞ്ഞത്.

'സോഷ്യൽ മീഡിയ ചതിക്കുഴികളിൽ കുട്ടികൾ ചെന്നുപെടുന്നതു നോക്കൂ, അടിയന്തിരമായി ഒരു പി ടി എ മീറ്റിങ്ങും, ഒപ്പം നമുക്ക് എല്ലാ ക്ലാസിലും പേരന്റ്സ് മീറ്റിങ്ങും വിളിച്ചുചേർക്കണം.' ശാന്തി ടീച്ചർ പറഞ്ഞു നിർത്തി.

അതോടെ അദ്ധ്യാപകർ അക്കാര്യങ്ങൾ കൂടുതൽ ചർച്ച ചെയ്തു. പിന്നെ, ഒട്ടും വൈകാതെ കാര്യങ്ങൾ ചെയ്യാം എന്ന ധാരണയിൽ അവർ വീടുകളിലേക്കു മടങ്ങി.

9
പ്രവർത്തിയാണു പ്രധാനം

അടിയന്തിരമായി രക്ഷാകർത്തൃയോഗം വിളിക്കണം. ശാന്തി ടീച്ചർ നിശ്ചയിച്ചു. രാത്രി വീട്ടിലെ ജോലികൾ ഒതുക്കിയ ശേഷം ശാന്തി ടീച്ചർ മുറിയിൽ കയറി വാതിലടച്ചു. ഉത്തരവാദിത്തമുള്ള ജോലികൾ ചെയ്യുമ്പോൾ ശ്രദ്ധ പാളാതിരിക്കാൻ ടീച്ചറുടെ പതിവു രീതിയാണത്. അത്തരം സന്ദർഭങ്ങളിൽ ആരും ടീച്ചറെ ശല്യം ചെയ്യില്ല.

ഇനി പിടിഎ പ്രസിഡന്റിനെ വിളിക്കണം.

ടീച്ചർ ഫോൺ എടുത്തു ഡയൽ ചെയ്തു.

രാമഭദ്രൻ സാറാണ് പി ടി എ പ്രസിഡന്റ്.

സാറിന്റെ മകൻ പത്താം ക്ലാസിൽ പഠിക്കുന്നു.

'സർ, ഞാൻ ഒരു പ്രധാന കാര്യം പറയാനാണ് വിളിക്കുന്നത്. ഒരു പിടിഎ മീറ്റിങ്ങ് നമുക്ക് ഉടനെ ചേരണം. സാറിന് എന്ന് സൗകര്യം ഉണ്ടാകും?' ടീച്ചർ ചോദിച്ചു.

സ്ക്കൂളിലെ വിശേഷങ്ങൾ കൃത്യമായി അറിയുന്ന അദ്ദേഹം തൊട്ടടുത്ത തിങ്കളാഴ്ച തന്നെ യോഗം വിളിക്കാമെന്നു സമ്മതി

ച്ചു. അതോടെ ജോസഫ് സാറിനെ വിളിച്ച് അക്കാര്യം പറഞ്ഞു.

പ്രധാനമായും സ്ക്കൂളിന്റെ ചുറ്റുമതിലിനെ സംബന്ധിച്ച് ഒരു തീരുമാനം എടുക്കണം.

അത് മാനേജ്മെന്റിനെ അറിയിക്കണം.

ചില ക്ലാസ് മുറികൾ പൂട്ടിയിട്ടിരിക്കുകയാണ്.

അത് തുറന്ന് കുറച്ചു പണികൾ നടത്തി എടുത്താൽ കുട്ടികൾക്ക് ഒരു റിക്രിയേഷൻ ക്ലബ് ആയോ, അല്ലെങ്കിൽ ഡൈനിങ്ങ് റൂം ആയോ മാറ്റി എടുക്കാൻ സാധിക്കും.

പൊളിഞ്ഞു കിടക്കുന്ന ഒരു ക്ലാസ് മുറി ഒരു ഷീറ്റ് ഇട്ടു കിട്ടിയാൽ അത് സ്ക്കൂളിൽ ഒരു പച്ചക്കറി തോട്ടം ഒരുക്കാൻ വേണ്ട കൃഷി ആയുധങ്ങളും വളവും മറ്റും സൂക്ഷിക്കാനായി ഉപയോഗിക്കാനാവും.

ശാന്തി ടീച്ചർ സാറിനോട് പറഞ്ഞ ഓരോന്നും ഡയറിയിൽ എഴുതി വെച്ചു.

കൂടുതൽ കാര്യങ്ങൾ പിടിഎയിൽ നിന്നും ഉയർന്നു വരട്ടെ.

ടീച്ചർ പിന്നെ മാതൃകൂട്ടായ്മയുടെ പ്രസിഡന്റ് നജിലയെ വിളിച്ചു. പിടിഎ വൈസ് പ്രസിഡന്റ് ജിബിൻ ജോണിനോടും കാര്യം പറഞ്ഞു.

ഒരു ദിവസം കൂടിയുണ്ട്.

അപ്പോഴേക്കും കാര്യങ്ങൾ ഒക്കെ എല്ലാവരോടും സംസാരിച്ചു വെക്കണം.

ടീച്ചർ എല്ലാ ഒരുക്കങ്ങളും നടത്തിയ ശേഷം ശേഷം മുറി തുറന്നു പുറത്തിറങ്ങി.

ഞായറാഴ്ച ശാന്തി ടീച്ചറിന് വീട്ടുജോലികളും പറമ്പിലെ പണികളുമായി കടന്നുപോകുന്ന ദിവസമാണ്.

അന്നാണ് ദിവസമാണ് ഒരാഴ്ചത്തേക്കു സ്ക്കൂളിൽ കുട്ടികൾക്കു നൽകേണ്ട ഉച്ചഭക്ഷണത്തിന്റെ മെനു ടീച്ചർ നിശ്ചയിക്കുന്നത്. മുന്നൂറ്റി ഇരുപത്തിനാലു കുട്ടികളാണ് അഞ്ചു മുതൽ എട്ടാം ക്ലാസുവരെ ആ സ്ക്കൂളിൽ പഠിക്കുന്നത്.

അത്രയും കുട്ടികൾക്ക്, രുചിയുള്ളതും പോഷക സമൃദ്ധവുമായ ആഹാരം നൽകാൻ സ്ക്കൂൾ പ്രഥമാദ്ധ്യാപകർ ഞാണിൻമേൽക്കളി പഠിക്കേണ്ടതുണ്ട് എന്നാണ് ശാന്തി ടീച്ചറുടെ പക്ഷം. ഏതായാലും കറിയ്ക്കു വേണ്ട തേങ്ങ, ടീച്ചർ സ്വന്തം പറമ്പിൽ നിന്നും കണ്ടെത്തും.

കുറച്ചു പച്ചക്കറികൾ നട്ടുനനച്ചു പരിപാലിക്കുന്നതും പ്രധാന

മായും സ്ക്കൂളിലെക്കാര്യം നടന്നു കിട്ടാനാണ്.

കുറച്ചു പച്ച പപ്പായ നോക്കി വെച്ച്, ഒരു ദിവസത്തെ കറിയ്ക്കു മുതലാക്കാം എന്നു ചിന്തിച്ച് ശാന്തി ടീച്ചർ നിന്നു.

ഒരു ദിവസം തീരാനാണോ താമസം?

കണക്കു കൂട്ടിയും കുറച്ചും ഒരു ഞായർ കടന്നു പോയി.

ടീച്ചർ എല്ലാവിധ തയ്യാറെടുപ്പുകളോടെയുമാണ് സ്ക്കൂളിൽ എത്തിച്ചേർന്നത്.

പിടിഎ കാര്യങ്ങൾ തീരുമാനിച്ചാൽ പിന്നെ അടുത്ത ഘട്ടം മാനേജ്മെന്റുമായുള്ള സംഭാഷണമാണ്. ഏതായാലും സ്ക്കൂൾ നന്നായാൽ കുട്ടികൾ കൂടും.

പക്ഷേ, അറ്റകുറ്റപ്പണിക്കു ചെറിയ തുക പോര. ഇപ്പോൾത്തന്നെ ബസ് സർവ്വീസിനുള്ള ഡീസൽ പിടിഎയും അദ്ധ്യാപകരും ചേർന്നാണ് കണ്ടെത്തുന്നത്. കൂടുതൽ ഭാരം അവരുടെ മുകളിൽ വെച്ചു കൊടുക്കാനാകില്ല. തളർന്നാൽ പറ്റില്ല. എന്തെങ്കിലും ഒരു വഴി തെളിച്ചെടുക്കണം.

ഉച്ചയ്ക്കുശേഷം മൂന്നര മണിക്കാണ് പിടിഎ വിളിച്ചിരിക്കുന്നത്. പതിനൊന്ന് അംഗങ്ങളാണ്. നാലു രക്ഷാകർത്താക്കൾ ഹൈസ്ക്കൂളിൽ നിന്നും, മൂന്നു പേർ യു.പി വിഭാഗത്തിൽ നിന്നും, ഒപ്പം നാല് അദ്ധ്യാപകരും ചേർന്നതാണ് കമ്മറ്റി. അതിൽ രണ്ടു പേർ മാനേജ്മെൻറിന്റെ സ്വന്തം ആൾക്കാരാണ്. എന്തൊരു പുരോഗമന പരമായ കാര്യത്തിനും അവർ കൃത്യമായി വിയോജിക്കും എന്നത് അച്ചട്ടാണ്. എന്തുംവരട്ടെ എന്നു നിശ്ചയിച്ച് ടീച്ചർ യോഗത്തിന് എത്തി. ജോസഫ് സാറും ഗീത ടീച്ചറും, ഷൈലജ ടീച്ചറും എത്തിക്കഴിഞ്ഞു.

രക്ഷകർത്താക്കളും എത്തിച്ചേർന്നതോടെ യോഗം ആരംഭിച്ചു.

ഹെഡ്മിസ്ട്രസ് റിപ്പോർട്ട് വായിച്ച ശേഷം, സ്ക്കൂൾ നേരിടുന്ന പ്രശ്നങ്ങളെക്കുറിച്ച് വിശദമായി സംസാരിച്ചു.

തലേ ആഴ്ചയിൽ നടന്ന കാര്യങ്ങളും അതിൽ ഉൾപ്പെട്ടിരുന്നു.

അതിനു ശേഷം വിശദമായ ചർച്ച തുടങ്ങി.

പിടിഎ പ്രസിഡന്റ്, സ്ക്കൂളിന്റെ തകർന്നു കിടക്കുന്ന ചുറ്റുമതിൽ സംരക്ഷിക്കുന്നതിനെക്കുറിച്ച് ആദ്യം സംസാരിച്ചു. അപ്പോൾത്തന്നെ വിയോജിപ്പുമായി സനിൽകുമാർ എന്ന രക്ഷിതാവ് എഴുന്നേറ്റു.

അദ്ദേഹം പറഞ്ഞു, ‘ഇതൊരു വലിയ സ്ക്കൂളാണ്. ഇതിന്റെ ചുറ്റുമതിൽ നവീകരിക്കാൻ നിന്നാൽ ചെറിയ കാശ് മതിയാവില്ല.

അത് മാനേജ്മെന്റിന് വലിയ പണച്ചെലവ് ഉണ്ടാക്കും. പിന്നെ, കുറച്ചു കുട്ടികൾ എല്ലാക്കാലത്തും ഏതു സ്ക്കൂളിലായാലും തല വേദന സൃഷ്ടിക്കുന്നവരായി ഉണ്ടാകും.

അവർ പ്രശ്നക്കാരാണെങ്കിൽ അവരെ ടി.സി കൊടുത്ത് പറ ഞ്ഞുവിടുകയാണ് വേണ്ടത്.

അവരോടൊപ്പം പഠിച്ചാൽ മറ്റു കുട്ടികൾ ചീത്തയാകും.

അല്ലാതെ ഇത്രയും നഷ്ടം സഹിച്ചും സ്ക്കൂൾ മുന്നോട്ടു കൊ ണ്ടു പോകുന്ന മാനേജ്മെന്റിനെ ഉപദ്രവിക്കുകയല്ല വേണ്ടത്.

പിന്നെ ലഹരി വിൽക്കുന്നവർക്കെന്ത് മതിൽ?

അവർക്ക് മതിൽ ചാടിക്കടക്കാനാവില്ലേ?'

എട്ടാം ക്ലാസിലെ ആദി ദേവിന്റെ അച്ഛനാണ് സനിൽ. മാനേജ് മെന്റുമായി അടുത്ത ബന്ധം പുലർത്തുന്ന അദ്ദേഹം ഒരു തടസ്സം സൃഷ്ടിക്കുമെന്നതു കണക്കു കൂട്ടിയാണ് മറ്റുള്ളവർ യോഗത്തിന് എത്തിയതും.

അതോടെ ശാന്തി ടീച്ചർ എഴുന്നേറ്റു.

ടീച്ചർ പറഞ്ഞു, 'സനിൽ സാർ, ഇതൊരു സ്ക്കൂളാണ്. ഇവിടെ വിദ്യാർത്ഥികളെ നേർവഴിക്കു നയിക്കുക എന്നതാണ് നമ്മുടെ ഉത്തരവാദിത്തം. അവരെ ആട്ടിയിറക്കി എന്തെങ്കിലും ആകട്ടെ എന്നു ചിന്തിക്കാൻ നമുക്കാവില്ല. ഇനി തെറ്റുകാരായവരെ നമ്മൾ ടി.സി കൊടുത്ത് പറഞ്ഞു വിട്ടാൽ ഈ പ്രശ്നം അവസാനിക്കു മോ? ഇല്ല. ഇത് ലഹരിമരുന്നു കച്ചവടക്കാരുമായുള്ള യുദ്ധമാണ്. കുറച്ചു കുട്ടികളെ പുറത്താക്കിയാൽ ആ വിവരം അപ്പോൾ നാട്ടിൽ പാട്ടാകും. ആളുകൾ കാര്യം അന്വേഷിക്കും. പാലിൽ ഒരു തുള്ളി വിഷം ചേർന്നാൽ എന്താകും അതു തന്നെ ഇവിടെയും സംഭ വിക്കും. രക്ഷിതാക്കൾ മക്കളെ ഇവിടേക്ക് അയക്കാൻ മടിക്കും. ഇന്ന് നമ്മുടെ സ്ക്കൂൾ ഈ ജില്ലയിലെ തന്നെ മികച്ച സ്ക്കൂളുക ളിൽ ഒന്നാണ്. അത്തരം ഒരു സ്ക്കൂൾ ഇല്ലാതാകണം എന്നാണോ സാർ പറയുന്നത്. ഇനി, സാർ പറഞ്ഞല്ലോ ലഹരി വിൽക്കുന്നവർ മതിൽ ചാടിക്കടക്കുമെന്ന്. അപ്പോൾ അവർക്കു മുന്നിൽ നമ്മൾ നിരുപാധികം കീഴടങ്ങണം എന്നാണോ സാർ പറയുന്നത്? മതിൽ എല്ലാ ഭാഗത്തും ഇടിഞ്ഞിട്ടില്ല. മൈതാനത്തിന്റെ ഭാഗത്ത് ചില സാമൂഹ്യ വിരുദ്ധർ മനഃപൂർവം പൊളിച്ചെടുത്തതാണ്. അത് അറ്റ കുറ്റപ്പണി നടത്താതെ മഴയത്ത് കൂടുതൽ ഇടിഞ്ഞു പോയതാണ്. ഇത് താങ്കൾക്കും അറിയുന്ന കാര്യമാണ്. അവിടെ മതിൽ അല്പം ഉറപ്പിൽ കെട്ടിയാൽ അതുവഴി അവർ വരുന്നതു തടയാനാകും.

അതൊരു ചെറിയ കാര്യമല്ല.' ടീച്ചർ പറഞ്ഞു നിർത്തി.

അതോടെ മറ്റു രക്ഷിതാക്കളും ടീച്ചറിന് അനുകൂലമായി സംസാരിച്ചു തുടങ്ങി.

മാതൃസമിതി പ്രസിഡന്റ്, സ്ക്കൂളിലെ കാടും പടലും വെട്ടി വൃത്തിയാക്കണം എന്ന നിർദ്ദേശവും മുന്നോട്ടുവെച്ചു. പിടിഎ പ്രസിഡന്റ്, അതിന് വേണ്ടുന്ന പണം പിടിഎ ഫണ്ടിൽ നിന്നും എടുക്കാം എന്ന നിർദ്ദേശമാണ് അറിയിച്ചത്. അങ്ങനെ, ടീച്ചർ കണക്കു കൂട്ടിയ എല്ലാക്കാര്യങ്ങളും നടന്നില്ലെങ്കിലും, കുറേയൊക്കെ നേടിയെടുക്കാൻ സാധിച്ചു. പിടിഎ ഒരു അപേക്ഷ മാനേജ്മെന്റിനു സമർപ്പിക്കാം എന്നു തീരുമാനിച്ചു.

അങ്ങനെ ആ ഘട്ടം കടന്ന് ആ യോഗം അവസാനിച്ചു.

പിറ്റേന്നു തന്നെ യോഗ തീരുമാനം മാനേജ്മെന്റിനെ അറിയിക്കാൻ നിശ്ചയിച്ച ശേഷമാണ് പിടിഎ പ്രസിഡന്റ് മടങ്ങിയത്.

നിലവിലെ സ്ക്കൂൾ മാനേജർ ദേവകി ടീച്ചറാണ്.

ശാന്തി ടീച്ചർ ഹെഡ്മിസ്ട്രസ് ആക്കുന്നതിനു തൊട്ടു മുൻപ് സ്ക്കൂളിന്റെ പ്രഥമാദ്ധ്യാപിക ദേവകി ടീച്ചർ ആയിരുന്നു.

അക്കാലം മുതൽ ശാന്തി ടീച്ചറുമായി വളരെ സൗഹാർദ്ദത്തിലാണ് ഉള്ളതെങ്കിലും, നിലവിൽ മക്കളിൽ ചിലരുടെ കടുത്ത നിലപാടിൽ ദേവകി ടീച്ചർക്ക് സ്ക്കൂളിനു വേണ്ടി എന്തെങ്കിലും ചെയ്യാൻ പരിമിതികളുണ്ട്.

എന്തായാലും സ്ക്കൂളിലെ കുട്ടികളുടെ ഭാവിയെക്കുറിച്ച് ദേവകി ടീച്ചർക്ക് ആശങ്കയുണ്ടാകും എന്ന കാര്യത്തിൽ ശാന്തി ടീച്ചർക്ക് സംശയം ഉണ്ടായിരുന്നില്ല.

പിറ്റേന്ന്, സ്ക്കൂൾ വിട്ടശേഷം, ആറു മണിയോടെ മാനേജരെ ചെന്നു കാണാം എന്നു നിശ്ചയിച്ചിരുന്നത്.

അതിൻ പ്രകാരം സ്ക്കൂളിൽ നിന്നും തിരിച്ചു വീട്ടിൽലെത്തി ഒന്നു വിശ്രമിച്ച ശേഷമാണ് ശാന്തി ടീച്ചർ മനേജറുടെ വീട്ടിലെത്തിയത്.

അപ്പോൾ വീട്ടുമുറ്റത്തെ ചെടികൾക്ക് വെള്ളം നനച്ചു നിൽക്കുകയായിരുന്നു ദേവകി ടീച്ചർ.

ഗേറ്റ് തുറക്കുന്ന ശബ്ദം കേട്ട് ടീച്ചർ തല ഉയർത്തി നോക്കി, ശാന്തി ടീച്ചറെ കണ്ട്, പൈപ്പ് അടച്ച് ഹോസ് മാറ്റിയിട്ട്, അടുത്തേക്കു ചെന്നു.

'വാ മോളെ, കുറേ നാളായി നിന്നെക്കണ്ടിട്ട്. നല്ല തിരക്കാവും അല്ലേ? വാ അകത്തേക്കിരിക്കാം. രാമഭദ്രൻ വിളിച്ചിരുന്നു. ഇപ്പോൾ

എത്തും.' ഇതും പറഞ്ഞ് ദേവകി ടീച്ചർ, ശാന്തി ടീച്ചറെ അകത്തേക്കു കൂട്ടി.

സ്വീകരണമുറിയിൽ ഇരിക്കുമ്പോൾ ദേവകി ടീച്ചർ പറഞ്ഞു, 'മോളെ കാര്യങ്ങൾ എനിക്കറിയാം. ശാരദ ചേച്ചി എല്ലാം പറഞ്ഞിരുന്നു. പക്ഷേ, ഇവിടെ നിനക്കറിയാമല്ലോ ചേട്ടനും അനിയനും തമ്മിലുള്ള തർക്കം. അനിയനാണ് ഇപ്പോ പിടിവാശി. എന്തു ചെയ്യാൻ, അതൊരു സരസ്വതീ ക്ഷേത്രമാണ്. ശാരദ ചേച്ചി റിട്ടയർ ചെയ്ത് ഞാനാ സ്ഥാനത്തു വരുമ്പോൾ അപ്പൂപ്പൻ പ്രത്യേകം പറഞ്ഞതാണ്, പണമല്ല, വിദ്യയാണ് പ്രധാനം, കടം വാങ്ങിയാലും സ്ക്കൂളിന്റെ കാര്യത്തിൽ ഉപേക്ഷ പാടില്ല എന്ന്. ഞാൻ കാര്യങ്ങൾ നോക്കി നടത്തുന്നത് കണ്ടിട്ടാണ് അപ്പുപ്പൻ കണ്ണടച്ചതും. ഇപ്പോൾ ശാദര ചേച്ചിയുടെ മരുമോളായിട്ടല്ല, മകളായിത്തന്നെയാണ്, അതേ അച്ചടക്കത്തോടെയാണ് നീ കാര്യങ്ങൾ ചെയ്യുന്നത്. ഇപ്പോ വരും സതീശൻ. ഏതായാലും നിങ്ങൾ സംസാരിക്ക്. പ്രതീക്ഷ വേണ്ട. നമുക്ക് ഈശ്വരനോടു പ്രാർത്ഥിക്കാം. ഒന്നുറപ്പുണ്ട്, വഴിതെളിയും. നീ സമാധാനത്തോടെ സംസാരിക്കണം. ഞാൻ ഒന്നും മിണ്ടില്ല. കേട്ടോ.'

കാര്യങ്ങൾ കൃത്യമായി അറിയുന്ന ശാന്തി ടീച്ചർ ആ അമ്മയുടെ കൈയിൽ ഒന്നമർത്തി.

അപ്പോഴേക്കും, ദേവകി ടീച്ചറുടെ ഇളയ മകൻ സതീശൻ എത്തി. ഒപ്പം പിടിഎ പ്രസിഡന്റും.

എല്ലാവരും ഇരുന്നു.

പ്രസിഡന്റ് കാര്യം അവതരിപ്പിച്ചു.

പ്രതീക്ഷിച്ചതു പോലെ തന്നെ ഒറ്റവാക്കിൽ മാനേജ്മെന്റ് യാതൊന്നും ചെയ്യില്ല എന്ന് മാനേജർക്കു വേണ്ടി സതീശൻ അറിയിച്ചു. കൂടുതൽ സംസാരിക്കാൻ നിൽക്കാതെ ശാന്തി ടീച്ചറും പ്രസിഡന്റും പുറത്തേക്കിറങ്ങി.

ഇനി?

പ്രസിഡന്റ് ടീച്ചറുടെ മുഖത്തേക്കു നോക്കി. ടീച്ചർ പറഞ്ഞു, എന്നോടു ദേവകിക്കുഞ്ഞമ്മ കാര്യം പറഞ്ഞിരുന്നു. എന്തെങ്കിലും ഒരു വഴി തെളിയാതിരിക്കില്ല. പ്രസിഡന്റ് പറഞ്ഞു, 'അതെ, ടീച്ചർ ധൈര്യമായിരിക്കണം. വഴിതെളിയും. നമ്മുടെ സ്ക്കൂൾ ഈ നാടിന്റേതാണ്. നമുക്ക് വഴി ച്ചുണ്ടാക്കാം.'

പ്രസിഡന്റ് വണ്ടിയെടുത്ത് ഓടിച്ചു പോകുന്നതും നോക്കി ശാന്തി ടീച്ചർ നിന്നു.

10
വീണ്ടും അയാൾ

പിടിഎ മീറ്റിങ്ങുകളും, ക്ലാസ് മീറ്റിങ്ങും ഒക്കെയായി സ്കൂൾ ദിവസങ്ങൾ സജീവമായി കടന്നു പോയി. വിദ്യാർത്ഥികളിൽ കൗൺസിലിങ്ങ് കിട്ടിയവരും ഡീ അഡിക്ഷൻ ചികിത്സ തേടിയവരും കാര്യങ്ങൾ തിരിച്ചറിഞ്ഞു പഠനത്തിന്റെ ട്രാക്കിലേക്കു തിരിച്ചു കയറിത്തുടങ്ങി.

രണ്ടു മൂന്നു പേർ മാത്രം പൂർണമായും ഒരു തിരിച്ചറിവിലേക്കു വരാൻ കൂട്ടാക്കാതെ മാറിനിൽക്കുന്നുണ്ടായിരുന്നു അപ്പോഴും.

അതങ്ങനെയാണ് ലഹരിയുടേത് നീരാളിപ്പിടിയാണ്.

ഒരിക്കൽ പെട്ടു പോയാൽ അടർന്നു മാറാൻ വലിയ പ്രയത്നം വേണം.

മിന്നു അവളെ ഭയപ്പെടുത്തുന്ന ചിന്തകളിൽ നിന്നും പുറത്തു കടന്നു കഴിഞ്ഞു.

സന്തോഷത്തോടെ സ്കൂളിൽ പോകുന്നു, ക്ലാസ് ടീച്ചർ സംഘടിപ്പിച്ച ക്വിസ് മത്സരത്തിൽ ഒന്നാമതെത്തുകയും ചെയ്തു.

ആ സന്തോഷത്തിന് അച്ഛൻ അവൾക്ക് ഒരു ചോക്ളേറ്റ് സമ്മാനമായി നൽകി.

മെല്ലെമെല്ലെ, അവൾ വീണ്ടും കിലുക്കാംപെട്ടിയായി മാറി.

ഇതിനിടയിൽ പത്താം ക്ലാസുകാരുടെ നൈറ്റ് ക്ലാസ് സംബന്ധിച്ച് തീരുമാനമായി.

ഇനി മിന്നുവിന്റെ അമ്മ അല്പം വൈകിയേ സ്കൂളിൽ നിന്നും ഇറങ്ങൂ.

പഠിക്കാൻ പ്രയാസമുള്ള വിഷയങ്ങൾ അധ്യാപകർ നേരിട്ട് കുട്ടികൾക്ക് ഒന്നുകൂടി പഠിപ്പിച്ച്, അത് എഴുതിച്ച് പരിശീലിപ്പിക്കുകയാണ് ചെയ്യുക. രാത്രി വീട്ടുകാർ വന്ന് കുട്ടികളെ കൂട്ടിക്കൊണ്ടു പോകും.

പഠനത്തിൽ സഹായം വേണ്ട കുട്ടികൾക്കുള്ള ക്ലാസ് ആയതിനാൽ എല്ലാ കുട്ടികളും ഈ ക്ലാസിൽ ഉണ്ടാകില്ല. ആവശ്യമുള്ളവർക്കു പങ്കെടുക്കാം, എന്നാൽ നിശ്ചിതമാർക്കിൽ കുറവാണെങ്കിൽ ഉറപ്പായും അവരെ ക്ലാസിൽ പങ്കെടുപ്പിക്കും. അതായിരുന്നു നൈറ്റ് ക്ലാസിന്റെ രീതി. നിത്യവും കണക്കും ഇംഗ്ലീഷും പഠിപ്പിച്ചു. ഇടവിട്ട ദിവസങ്ങളിൽ മറ്റു വിഷയങ്ങളും. പരമാവധി ചോദ്യപ്പേപ്പറുകൾ പരിചയപ്പെടുത്തി.

അങ്ങനെ, ശാന്തി ടീച്ചർ നല്ല തിരക്കിലായ ഒരു ദിവസമായിരുന്നു അത്. സ്ക്കൂളുവിട്ടപ്പോൾ മിന്നുവിനോടു വേഗം വീട്ടിലേക്കു പോകാൻ ടീച്ചർ വിളിച്ചു പറഞ്ഞു. അമ്മയെ കണ്ട് ഓഫീസ് റൂമിൽ നിന്നും ഇറങ്ങാൻ തുടങ്ങുമ്പോൾ പൊടുന്നനെ മഴ തുടങ്ങി. കൂട്ടുകാർ മുന്നിൽ പോയിക്കഴിഞ്ഞു.

മിന്നുവിനു തന്റെ കുഞ്ഞുകുട ആ മഴയത്ത് പാറിപ്പോകുമെന്നു തോന്നി.

അവൾ സ്ക്കൂളിനു വെളിയിൽ എത്തുമ്പോഴേക്കും മഴ തോർന്നു. ആകെ നനഞ്ഞിട്ടുണ്ട്.

നടക്കാൻ തന്നെ പ്രയാസം.

സ്ക്കൂളിൽ നിന്നും മൈതാനത്തിലേക്കുള്ള ഇടറോഡിൽ ആരുമില്ല. സ്ക്കൂൾ മതിലിനോടു ചേർന്ന ആ വഴിയിലൂടെ നടന്നു വേണം വലിയ മൈതാനത്തിലേക്കു കയറാൻ.

ഒരു ഭാഗത്തു മതിലും മറുഭാഗത്ത് മുള്ളുവേലി കെട്ടിയ കാടുപിടിച്ച ഒഴിഞ്ഞ പറമ്പുമാണ്.

മഴ കാരണം മൈതാനത്തിലും ആരുമില്ല.

മിന്നുവിന് അല്പം പേടി തോന്നി.

അവൾ മുന്നോട്ടു നടന്നു.

അപ്പോഴാണ് പിന്നിൽ ആരോ നടന്നു വരുന്നതു പോലെ അവൾക്കു തോന്നിയത്.

ആരാണത്?

അവൾ തിരിഞ്ഞു നോക്കി.

അയാൾ!

മിന്നു ഭയം കൊണ്ടു വിറച്ചു.

അവളുടെ കാലുകൾ അനങ്ങിയില്ല.

അയാൾ അടുത്തേക്കു വന്നു.

അയാളുടെ മെലിഞ്ഞ കൈകാലുകളിൽ ഞെരമ്പു പെടച്ചു നിൽപ്പുണ്ട്.

വായിൽ എന്തോ ഇട്ടു ചവയ്ക്കുന്നുണ്ട് അയാൾ.

'നീയാണല്ലേ ശാന്തി ടീച്ചറുടെ പുന്നാരമോൾ? ആകെ കുരുമുളകിന്റെ അത്രയേ ഉള്ളൂ, പക്ഷേ എക്സൈസുകാരുടെ പണിയും കൂടി ചെയ്യണം അല്ലേ? കൂടുതൽ കളിക്കരുതെന്ന് നിന്റെ വീട്ടിൽ പറഞ്ഞേക്ക്, തീർത്തു കളയും ഞാൻ.' അത്രയും പറഞ്ഞ് അയാൾ തൊട്ടടുത്തെത്തിയതും അവൾ ജീവനും കൊണ്ട് അവിടെ നിന്നും ഓടി.

അയാൾ പിന്നാലെയുണ്ട്.

മൈതാനത്തിലേക്ക് എത്താൻ വലിയ കല്ലുകൾ ചേർത്തുവെച്ച രണ്ടു പടികൾ ഇറങ്ങണം.

പക്ഷേ, ഓട്ടത്തിന്റെ ഇടയിൽ ബാലൻസു തെറ്റി അവൾ ആ കല്ലിൽ നിന്നും തെറിച്ചു വീണു.

പേടിയോടെ അവൾ തിരിഞ്ഞു നോക്കുമ്പോൾ അവൾ വീണതു കണ്ട് അയാൾ പെട്ടെന്ന് അവിടെ നിന്നും സ്ക്കൂൾ കോമ്പോണ്ടിലേക്ക് എടുത്തു ചാടി.

മുതുകത്ത് ബാഗോടു കൂടിയാണ് മിന്നു വീണത്.

അതിനാൽത്തന്നെ നല്ല ശക്തിയില്ലായിരുന്നു വീഴ്ച.

കാലിന്റെ മുട്ടും കൈയ്യും ഒക്കെ ഉരഞ്ഞ് ചോര വരുന്നുണ്ടായിരുന്നു.

ചുറ്റും ആരുമില്ല.

ശരീരമാകെ ചെളിയും പിടിച്ചു.

അവൾ ഒരു വിധത്തിൽ എഴുന്നേറ്റു.

നടക്കാൻ പറ്റുന്നില്ല.

മുട്ടും പാദത്തിന്റെ മുകൾ വശവും ഉരഞ്ഞു പൊട്ടിയിട്ടുണ്ട്.

നനഞ്ഞ മണ്ണിലൂടെ നടക്കാൻ നല്ല ബുദ്ധിമുട്ട് ഉണ്ട്.

അവൾ ഒരു വിധം മൈതാനം താണ്ടിയപ്പോൾ അച്ഛമ്മ അവളെ കാണാതെ വയലുകടന്ന് വന്നു നിൽക്കുകയാണ്.

അവൾക്ക് എന്തോ പറ്റി എന്നു മനസ്സിലായ അവർ വേഗം വീട്ടിൽ വിളിച്ച് അവളുടെ ഏട്ടനോട് ഓടിവരാൻ പറഞ്ഞു.

ഏട്ടൻ ചരിഞ്ഞ കയറ്റം കയറിച്ചെന്നപ്പോൾ കരഞ്ഞ് മുഖത്തും ദേഹത്തും ആകെ ചെളി പിടിച്ച് മിന്നു നിൽക്കുന്നു.

അവൻ ഓടിച്ചെന്ന് അനിയത്തിയെ കെട്ടിപ്പിടിച്ചു.

അവളുടെ ബാഗ് വാങ്ങി തോളിലിട്ട് അവളെ എടുത്തു മറുതോളിലിട്ട് ഒരു വിധത്തിൽ താഴെ ഇറങ്ങി.

അപ്പാഴേക്കും അച്ഛമ്മ ഓടി എത്തി, ബാഗ് വാങ്ങി.

ഒരു വിധത്തിൽ അവർ വീട്ടിലെത്തി.

ആദ്യം ചോരയും ചെളിയും കഴുകണം.

എന്നിട്ട് ആശുപത്രിയിൽ എത്തിക്കണം.

മിന്നു ഒന്നും മിണ്ടുന്നുമില്ല കരയുന്നുമില്ല.

കുട്ടിക്കു വല്ലാതെ ഭയം തട്ടിയിരിക്കുന്നുവെന്ന് അച്ഛമ്മക്കു മനസ്സിലായി. മിന്നുവിന്റെ ഏട്ടൻ, വേഗം അച്ഛനെ വിളിച്ചു കാര്യം പറഞ്ഞു.

അമ്മയോട് ഉടനെ പറയണ്ട, അവളുടെ ഉടുപ്പൊക്കെ മാറ്റുമ്പോഴേക്കും താൻ എത്തും എന്ന് അച്ഛൻ പറഞ്ഞതു കേട്ട് അവൻ സമാധാനിച്ചു.

ഒന്നു മേലുകഴുകിയപ്പോഴാണ് പരിക്കിന്റെ യഥാർത്ഥ ചിത്രം അവർക്കു മനസിലായത്. ചെവിയിലും, കണ്ണിനു മുകളിലും ഉരഞ്ഞു ചോര വരുന്നു, മുട്ടിലെ മുറിവ് നല്ല വലിപ്പമുണ്ട്.

രണ്ടു കൈമുട്ടിലും മുറിവുണ്ട്.

ഒരു കൈയിൽ നീരുമുണ്ട്.

നീരുവന്ന ഭാഗത്ത് ഐസ് ബാഗ് കൊണ്ടു തടവി, അവൾക്ക് കുടിക്കാൻ വെള്ളം കൊടുക്കുമ്പോഴേക്കും അച്ഛനെത്തി.

അവൾക്ക് ഒന്നും മിണ്ടാൻ കഴിയുന്നുണ്ടായിരുന്നില്ല.

വേഗം അവളേയും ഏട്ടനേയും കയറ്റി കാർ ആശുപത്രിയിലേക്കു പാഞ്ഞു.

ഡോക്ടർ അവളെ പരിശോധിച്ചു.

പരുക്കുകൾ ഗുരുതരമല്ലെങ്കിലും മുറിവുകളും ചതവുകളും ഉണ്ട്.

ഡോക്ടറോടും അവൾ മിണ്ടാൻ കൂട്ടാക്കിയില്ല.

അവളെ ഡ്രസ് ചെയ്ത് ഡ്രിപ്പിട്ടു കിടത്തി.

അപ്പോഴേക്കും ശാന്തി ടീച്ചർ വിവരമറിഞ്ഞ് ആശുപത്രിയിലേക്ക് പാഞ്ഞെത്തി.

അമ്മയെ കണ്ടതും അവൾ ഉറക്കെ കരയാൻ തുടങ്ങി.

അമ്മ ഓടി വന്ന് അവളെ കെട്ടിപ്പിടിച്ചു.

അവൾ അമ്മയോടു ചേർന്നു കിടന്ന് ഏങ്ങി ഏങ്ങിക്കരഞ്ഞു. മരുന്നുകൾ അവളുടെ ആശങ്ക മെല്ലെ കുറച്ചു തുടങ്ങി.

അവൾ സംസാരിച്ചു തുടങ്ങി.

മഴ കാരണം കുറച്ചു നേരം കാത്തു നിന്നെന്നും.

അതിനു ശേഷം ഓടിയപ്പോൾ തെന്നിവീണതാണെന്നും മാത്രം അവൾ ഡോക്ടർ കേൾക്കെ പറഞ്ഞു.

പക്ഷേ, അവളുടെ അച്ഛൻ അടുത്തുവന്ന് അവളെ ചേർത്തു കിടത്തിയിട്ട്, 'മോളെ ആരാ പേടിപ്പിച്ചത്?' എന്നു ചോദിച്ചപ്പോൾ അവൾ കാര്യങ്ങൾ കുറേയൊക്കെ പറഞ്ഞു.

എങ്കിലും കാര്യങ്ങൾ അവർക്കു കൃത്യമായി മനസ്സിലായി.

സ്ക്കൂൾ വളപ്പിൽ പുറത്തു നിന്നുള്ളവർ കയറുന്നതു തടയാതെ കാര്യങ്ങൾ നേർവഴിക്കു നീങ്ങില്ലെന്നും, ഈ മയക്കുമരുന്നു കച്ചവടക്കാരെ പിടികൂടാതെ നിവർത്തിയില്ലെന്നും അവർ

ക്കു മനസ്സിലായി.

രാത്രിയോടെ മിന്നുവിനെ വീട്ടിൽ എത്തിച്ച ശേഷം, അച്ഛൻ ഓഫീസിലേക്കു തന്നെ മടങ്ങി.

രണ്ട് ദിവസം ലീവ് വിളിച്ചു പറഞ്ഞ് അമ്മ അവളുടെ അടുത്തു നിന്നും മാറാതെ ഇരുന്നു.

മരുന്നുകളുടെ സഹായത്തിൽ വേദന കുറഞ്ഞതോടെ അവൾ മെല്ലെ ഉറക്കത്തിലേക്ക് ആണ്ടു പോയി.

11
ചില നല്ല മാറ്റങ്ങൾ

രാവിലെ ഉണരുമ്പോൾ മിന്നുവിന് ശരീരം മുഴുവൻ നല്ല വേദനയുണ്ട്. കാൽമുട്ടിലെ മുറിവു കാരണം അവൾക്ക് നടക്കാൻ വയ്യ. അച്ഛമ്മ അടുത്തു തന്നെയുണ്ട്. അമ്മ അടുക്കളത്തിരക്കിൽ. സ്ക്കൂളിൽ ലീവു പറഞ്ഞതുകൊണ്ട് അമ്മ അല്പം സാവകാശത്തിലാണ്. ഇടയ്ക്കു വന്ന് അവളെ നോക്കും.

അന്നു പകൽ, മരുന്നുകൾ കഴിച്ച് വിശ്രമിക്കുമ്പോഴേക്കും അച്ഛനെത്തി.

പിന്നെ അച്ഛനും അവളെ ഇടക്കിടക്കു വന്നു നോക്കി.

വൈകുന്നേരം ഏട്ടനും എത്തിയപ്പോൾ മിന്നുവിന്റെ മുഖത്ത് ചിരി വന്നു തുടങ്ങി.

അവളുടെ കിടക്കയിൽ ഒരു ഭാഗത്ത് അച്ഛനും മറുഭാഗത്ത് ഏട്ടനും വന്നു കിടന്നു.

രണ്ടു തലയിണ ചാരിവെച്ച് അവളെ ഉയർത്തി ഇരുത്തി അമ്മയും കട്ടിലിലേക്കു കയറി.

തൊട്ടടുത്ത് കസേരയിൽ അച്ഛമ്മയും ഇരിപ്പായി.

അപ്പോഴാണ് അച്ഛൻ അവളോട് നടന്ന സംഭവങ്ങൾ ഒന്നുകൂടി ഓർത്തെടുക്കാൻ ആവശ്യപ്പെട്ടത്.

അവളുടെ മുഖത്ത് ഭയം മിന്നി മാഞ്ഞപ്പോൾ അച്ഛൻ അവളെ ചേർത്തു പിടിച്ചു. 'പേടിക്കണ്ട, അച്ഛനില്ലേ മോൾടെ അടുത്ത്, ധൈര്യമായി പറയ്.' എന്നച്ഛൻ പ്രോത്സാഹിപ്പിച്ചു.

അങ്ങനെ മിന്നു തലേന്നു സംഭവിച്ചത് വിശദമായി പറയാൻ തുടങ്ങി. അയാൾ അച്ഛനേയും അമ്മയേയും ഉപദ്രവിക്കും എന്നു പറഞ്ഞപ്പോഴാണ് അവൾ ഓടിയത് എന്നും അതുവരെ അനങ്ങാൻ പറ്റാതെ നിൽക്കുകയായിരുന്നുവെന്നും പറഞ്ഞപ്പോൾ അമ്മയുടെ

കണ്ണു നിറഞ്ഞു. അവൾ വീണശേഷം കണ്ണു തുറക്കുമ്പോൾ അയാൾ സ്ക്കൂളിലേക്കു മതിലിനു മുകളിലൂടെ ചാടുകയായിരുന്നുവെന്ന് അവൾ ഉറപ്പിച്ചു പറഞ്ഞു.

'നോക്ക്, ശാന്തീ സ്ക്കൂളിന്റെ കോമ്പോണ്ട് വാൾ നമ്മൾ സുരക്ഷിതമാക്കിയേ മതിയാകൂ. എന്തായി മാനേജ്മെന്റിന്റെ തീരുമാനം? ഇനിയും വൈകിയാൽ പ്രശ്നമാണ്. ഇപ്പോൾ ഈ സംഭവങ്ങളിലെല്ലാം ഇവർ സ്ക്കൂളിൽ കയറിപ്പറ്റുന്ന രീതി കണ്ടോ? നമ്മുടെ സ്ക്കൂൾ വളരെ വലുതാണ്. എത്ര കാലം മുൻപുള്ളതാണെന്ന് നിനക്കറിയില്ലേ? ഞാൻ പഠിച്ച സ്ക്കൂളാണ്. അന്നൊക്കെ എത്ര മാത്രം കുട്ടികളാണ് അവിടെ പഠിച്ചത്! ഇപ്പോൾ പല ക്ലാസുകളും ആരും നോക്കാതെ നാശമായി കിടക്കുന്നു. മതിൽ പല ഭാഗത്തും ഇല്ല. വലിയ മൈതാനം പണ്ടേ പലവിധ ആളുകളുടെ ഒരു കേന്ദ്രമാണ്. അന്നൊക്കെ രാവിലെയും വൈകുന്നേരവും ധാരാളം പേർ കളിക്കാനെത്തുമായിരുന്നു. ഇന്നിപ്പോ വലിയ മൈതാനം പലരും കയ്യേറി പകുതിയായി. ശാന്തി നാളെ ലീവല്ലേ? ഞാനൊരു കാര്യം പറയാം, നാളെ നമുക്ക് പഞ്ചായത്തിൽ ഒന്നു പോകാം. എനിക്കറിയാം എന്താണ് വേണ്ടതെന്ന്.

ആ മൈതാനം ഒരു നല്ല കളിസ്ഥലമായി മാറിയാൽ ഇത്തരം കഞ്ചാവു വിൽപ്പനക്കാർ അവിടം ഉപേക്ഷിക്കും. എന്തു പറയുന്നു?'

അച്ഛമ്മയാണതു പറഞ്ഞത്. അച്ഛമ്മ പഠിച്ചതും പഠിപ്പിച്ചതും, ഒടുവിൽ ഹെഡ്മിസ്ട്രസ് ആയി റിട്ടയർ ചെയ്തതും ഈ സ്ക്കൂളിൽ നിന്നാണല്ലോ. അതിനു മുൻപ്, അച്ഛൻ പഠിപ്പിച്ചിരുന്നതും ഇതേ സ്ക്കൂളിലാണ്. അതിനാൽത്തന്നെ, സ്ക്കൂളിന്റെ മുക്കും മൂലയും വരെ അച്ഛമ്മയ്ക്കറിയാം.

'ശരി അമ്മേ, നാളെ പിടിഎ പ്രസിഡന്റിനെക്കൂടി വിളിക്കാം. ദേവകിക്കുഞ്ഞമ്മയ്ക്ക് കാര്യങ്ങൾ അറിയാം. ആ സതീശൻ ചേട്ടനാണ് ഇപ്പോൾ ഉടക്കുണ്ടാക്കുന്നത്. ഞാനിതുവരെ കടുത്ത നിലപാടുകൾ വേണ്ടെന്നു വെച്ചതാണ്. പക്ഷേ ഇതിപ്പോൾ വെറുതെ ഇരിക്കാൻ പറ്റില്ല ഇനി. മതിലിന്റെ പ്രശ്നം മാത്രമല്ല ആ സ്ക്കൂളിനോടു ചേർന്ന് മൈതാനത്തിലേക്കുള്ള ഇടവഴി ഇപ്പോൾ നേരാംവണ്ണം ഒന്നു നടക്കാൻ പോലും പറ്റാത്ത അവസ്ഥയാണ്. കുട്ടികളും പ്രായമായവരും കാലു തെറ്റി വീഴാറുണ്ട്. അതിന്റെ കാര്യവും ഒന്നു പറയണം. പിടിഎ കൂടി സഹകരിച്ചാൽ സ്ക്കൂളിലെ കാട് ഒക്കെ വെട്ടിത്തെളിച്ച് അവിടെ ഒരു കൃഷിത്തോട്ടം ഉണ്ടാക്കാം. അതിന് തത്വത്തിൽ തീരുമാനം ആയതുമാണ്. ഇനി

വൈകിക്കണ്ട. പഞ്ചായത്ത് പ്രസിഡന്റ് സക്കറിയ സാറിനെ രാവിലെ ഒന്നു വിളിക്കാം എന്നിട്ടു പോകാം. പച്ചക്കറി തോട്ടത്തിന്റെ കാര്യത്തിന് കൃഷി വകുപ്പിലും ഒന്നു കയറണം. ഒന്നുമില്ലെങ്കിലും ഉച്ചഭക്ഷണത്തിന് അത്രയും കുറച്ച് പച്ചക്കറി പുറത്തു നിന്നും വാങ്ങിയാൽ മതിയല്ലോ.'

മിന്നുവിന്റെ അമ്മ പറഞ്ഞു.

'പക്ഷേ, അച്ഛാ ഇവിടെ പ്രധാന പ്രശ്നം മയക്കുമരുന്ന് വിൽപ്പനക്കാർ അല്ലേ? ഒരു വഴി അടഞ്ഞാൽ അവർ മറ്റൊന്നു തുറക്കും. മിന്നുവിനെ ഭയപ്പെടുത്തുന്ന ആളെ പിടികൂടാൻ സാധിക്കാത്തത് എന്താണ്?'

മിന്നുവിന്റെ ഏട്ടൻ ചോദിച്ചു.

'ശരിയാണ് മിത്തൂ, അവനെയും ഗ്യാങിനേയും ആണ് പിടിക്കേണ്ടത്. പക്ഷേ, അതു വെറുതേ പിടികൂടിയതുകൊണ്ട് കാര്യമില്ല. മിന്നു കാണിച്ചു തന്ന പോലുള്ള മിഠായികൾ എവിടെ നിന്നു വരുന്നു എന്ന അന്വേഷണത്തിലാണ് ഞങ്ങൾ. ഇവരെല്ലാം ഇപ്പോൾ കർശന നിരീക്ഷണത്തിലാണ്. ആ മിഠായികളുടെ വരവ് എവിടെ നിന്ന് എന്നുകൂടി അറിഞ്ഞാൽ മൊത്തത്തിൽ ഒരു അറസ്റ്റ് ഉണ്ടാവും. ഇപ്പോൾ പിടികൂടിയാൽ അവർ രക്ഷപ്പെടും. വീണ്ടും ഇതു തന്നെ ചെയ്യും. അതാണ് തിരക്കുകൂട്ടാത്തത്.'

മിന്നുവിന്റെ അച്ഛൻ പറഞ്ഞു.

ഈ സമയം, സ്ക്കൂളിൽ നിന്നും മിന്നുവിന്റെ ക്ലാസ് ടീച്ചറും മറ്റു ചില അധ്യാപകരും വീട്ടിലെത്തി.

സ്ക്കൂളിനെ മയക്കുമരുന്നു ലോബിയുടെ പിടിയിൽ നിന്നും രക്ഷിക്കണമെന്നത് എല്ലാവരുടേയും ആവശ്യമായി മാറിയിരിക്കുന്നു.

സ്ക്കൂളിൽ വേണ്ട ഏതൊരു കാര്യത്തിലും കൂടെ ഉണ്ടാകുമെന്ന് ടീച്ചർമാർ വാക്കു കൊടുത്തു.

വൈകുന്നേരം ജോസഫ് സാർ വന്നു.

ടീച്ചർ ലീവാകുമ്പോൾ ചാർജ് സാറിനാണ്.

സ്ക്കൂൾ വിശേഷങ്ങൾ പറയുകയും, കാര്യങ്ങൾ എങ്ങനെയൊക്കെ പരിഹരിക്കാൻ സാധിക്കുമെന്നു ചിന്തിക്കുകയും വേണം.

അഭിറാം സ്ക്കൂളിൽ വന്നു തുടങ്ങിയിട്ടില്ല.

അവന്റെ വീട്ടിൽ ഒന്നു പോകേണ്ടതുണ്ട്.

അപ്പോൾ മിന്നുവിന്റെ അച്ഛൻ പറഞ്ഞു, 'സാറിന് ആ പയ്യന്റെ വീട് അറിയാമോ? എന്നാൽ നമുക്ക് ഒന്നവിടം വരെ പോയാലോ?'

ജോസഫ് സാർ സമ്മതിച്ചു.

ശാന്തി ടീച്ചർ കൊടുത്ത ചായയും കുടിച്ച് അവർ അഭിറാമിന്റെ വീട്ടിലേക്ക് ഇറങ്ങി.

വീട്ടിലേക്കുള്ള വഴിയിൽ വെച്ച് അവന്റെ അച്ഛനെ കണ്ടു.

അദ്ദേഹത്തിന്റെ ഒപ്പമായി പിന്നെ യാത്ര.

അവൻ വീട്ടിലുണ്ട്.

പഠിക്കാൻ താൽപര്യം തീരെ ഇല്ല. എന്തു ചെയ്യും എന്ന ആശങ്കയിലാണ് അവന്റെ അച്ഛനും അമ്മയും.

തീരെ ചെറുതാണ് ആ വീട്.

ചുറ്റും ചതുപ്പ് പ്രദേശം.

മഴ പെയ്താൽ വെള്ളം മുറ്റം നിറയും.

ആകെ രണ്ടു മുറിയും അടുക്കളയും.

അഭിറാം ഏക മകനാണ്.

കുറച്ചു നേരം സംസാരിച്ചു കഴിഞ്ഞപ്പോൾ ഒരു കാര്യം മനസ്സിലായി. അവനു താൽപര്യം സ്പോർട്സിലാണ്.

എന്നാൽ ഇക്കാര്യം സ്ക്കൂളിൽ ആർക്കും അറിയില്ല.

അവൻ കഴിഞ്ഞ വർഷം സ്ക്കൂളിൽ വന്നു ചേർന്ന വിദ്യാർത്ഥിയാണ്. ഹൈജംപ് ആണ് അവന് ഏറെയിഷ്ടം.

അതറിഞ്ഞതോടെ ജോസഫ് സാറിന്റെ മുഖത്തു സന്തോഷവും ആശ്വാസവും നിറഞ്ഞു.

അദ്ദേഹം പറഞ്ഞു, 'അഭിറാം സ്ക്കൂളിൽ വന്നു തുടങ്ങുക. ബാക്കിയൊക്കെ ഞങ്ങൾ നോക്കാം. ഈ വർഷത്തെ കായിക മേളയ്ക്ക് ഞങ്ങൾക്ക് ഒരു അഭിമാനനേട്ടം അഭി തരും. എനിക്ക് ഉറപ്പുണ്ട്.'

അതു കേട്ടപ്പോൾ ആ പതിനാലുകാരന്റെ മുഖത്ത് ഒരു തെളിച്ചം വന്നു.

പക്ഷേ, അതു കൊണ്ടു കാര്യമില്ലായിരുന്നു.

അഭിയുടെ പ്രധാന പ്രശ്നം, അവൻ സ്ക്കൂളിലെത്തിയാൽ അവന്റെ കഞ്ചാവു കൂട്ടുകാർ വീണ്ടും അവനെ പിടികൂടും എന്നതാണ്.

പോലീസിനോട് അവൻ എന്തെല്ലാം പറഞ്ഞു എന്നറിയണം അവർക്ക്.

ചിലപ്പോൾ അവനെ ഇല്ലാതാക്കാനും അവർ മടിക്കില്ല എന്നവന് അറിയാം.

സ്ക്കൂളിലേക്ക് അവൻ സൈക്കിളിലാണ് വരുന്നത്.

വഴിയിൽ വെച്ച് ഒരു വാഹനാപകടം ഉണ്ടാക്കാനും അവർ മടിക്കില്ല.

പിന്നെ അവൻ വില കൂടിയ മരുന്ന് വിറ്റിരുന്ന ചിലർ, അവർ സമൂഹത്തിൽ വലിയ സ്ഥാനത്ത് ഉള്ളവരാണ്. അവർക്കും പേടിയാണ് അഭി അവരെക്കുറിച്ചു പുറത്തു പറയുമോ എന്ന്.

അഭിയുടെ ഫോൺ അവന്റെ അച്ഛന്റെ കൈയ്യിലാണ്. ദിവസേന രണ്ടും മൂന്നും ഭീഷണി സന്ദേശങ്ങൾ അവർക്ക് കിട്ടുന്നുണ്ട്. സത്യത്തിൽ അച്ഛനും അമ്മയും അവന് കാവലിരിക്കുകയാണ്.

രാത്രി മൂന്നു പേർക്കും ഉറക്കമില്ല.

പണിക്ക് പോകാത്തതു കൊണ്ട് കാശുമില്ല. എന്തു ചെയ്യും?

ജോസഫ് സാർ ഒരു വഴി കണ്ടെത്തി.

തൽക്കാലം ആ സിം കാർഡ് ഇനി മിന്നുവിന്റെ അച്ഛൻ സൂക്ഷിക്കട്ടെ, വരുന്ന വിളികൾ ഡിപ്പാർട്ട്മെന്റിനു ട്രേസ് ചെയ്യാൻ പറ്റും. അഭിയുടെ താമസം, ജോസഫ് സാറിന്റെ വീടിനോടു ചേർന്നുള്ള പള്ളിയിൽ കുറച്ചു കുട്ടികൾ താമസിച്ചു പഠിക്കുന്നുണ്ട്, അവർക്കൊപ്പം ആക്കാം.

രാവിലെ സാറിന്റെ ഒപ്പം സ്ക്കൂളിലേക്ക്.

തിരിച്ചു മടക്കവും അങ്ങനെ തന്നെ.

കൂടാതെ പി.റ്റി സാറിനോടു പറഞ്ഞ്, അവന്റെ ശരിയായ കായിക അഭിരുചി കണ്ടെത്തണം. അതുപോലെ അവന്റെ ഡീ അഡിക്ഷൻ ചികിത്സയും തുടരണം.

എല്ലാ ദിവസവും അമ്മയോ അച്ഛനോ ഒരാൾ വന്ന് അവനെ കാണണം.

അമ്മയ്ക്ക് താത്പര്യമുണ്ടെങ്കിൽ അവിടെ ചെറിയൊരു ജോലി കൊടുക്കാൻ പറ്റും.

ഭക്ഷണം ഉണ്ടാക്കാൻ ഒരു സഹായി വേണം.

ചെറിയ ശമ്പളമേ കിട്ടൂ.

പക്ഷേ, മകന്റെ ഒപ്പം നിൽക്കാം.

ആലോചിച്ചു പറയാൻ അവരോടു പറഞ്ഞു.

എന്നാൽ അവർക്ക് ആലോചിക്കാൻ ഒന്നുമുണ്ടായിരുന്നില്ല അവർ സമ്മതിച്ചു.

മകന്റെ ജീവനും ജീവിതവുമാണ് അവർക്കു പ്രധാനം.

അതോടെ ഒരു വലിയ പ്രശ്നത്തിനു പരിഹാരമായി.

അഭിയുടെ ഫോണിലെ സിം എടുത്ത ശേഷം, മറ്റൊരു സിം വാങ്ങാൻ ഏർപ്പാടാക്കി, അഭിയുടെ അമ്മ കൊടുത്ത കട്ടൻ കാപ്പി

യും കുടിച്ച് സാറും മിന്നുവിന്റെ അച്ഛനും അവിടെ നിന്നും മടങ്ങി.

'കുട്ടികളെ അവർ ആഗ്രഹിക്കുന്ന രീതിയിൽ നയിക്കാനായാൽ ഒരു കുട്ടിയും വഴി തെറ്റിപ്പോവില്ല അല്ലേ സർ?'

തിരിച്ചു മടങ്ങും വഴി മിന്നുവിന്റെ അച്ഛൻ ജോസഫ് സാറിനോടു ചോദിച്ചു.

ജോസഫ് സാർ അത് തല കുലുക്കി സമ്മതിച്ചു.

12
അവരെ പിടികൂടുക തന്നെ ചെയ്യണം

അത്താഴത്തിന് ഇരിക്കുമ്പോഴാണ് ശാന്തി ടീച്ചർക്ക് ആ ഫോൺ കോൾ വരുന്നത്. ഏതാണ്ട് ഒരു മാസം മുൻപ് മൈതാനത്തു വച്ചുണ്ടായ അടിപിടിയിൽ പരിക്കേറ്റ് മെഡിക്കൽ കോളേജിൽ ചികിത്സയിൽ ആയിരുന്ന ആൾ മരിച്ചു. അതാണ് ആ വിളിച്ച ആൾക്കു പറയാനുണ്ടായിരുന്നത്.

'അവന്മാർക്കെതിരെ കുരുക്കു മുറുകുകയാണ്. ഇതിപ്പോൾ കൊലപാതകക്കേസും കൂടി ആയിക്കഴിഞ്ഞു.'

മിന്നുവിന്റെ അച്ഛൻ പറഞ്ഞു.

ഇനിയിപ്പോൾ താമസമുണ്ടാകില്ല ഒന്നിനും.

മറ്റൊരു ഗുഡ് ന്യൂസുമുണ്ട്.

'ആ കഞ്ചാവുമിഠായി വരുന്നത് ഉത്തരേന്ത്യയിൽ നിന്നാണ്. കേരളത്തിൽ കാറ് വാടകയ്ക്ക് എടുത്താണ് വിതരണം. അവന്മാരെ ഇന്ന് പിടികൂടിക്കഴിഞ്ഞു.'

തല്ലുകൊണ്ട ആളും തല്ലിയവരും ലഹരിമരുന്നിനു മാരകമായി അടിപ്പെട്ടു കഴിഞ്ഞിരുന്നു. ബോധം പാടെ നശിച്ച് എപ്പോഴും ആക്രമണ സ്വഭാവവുമായി നടക്കുന്ന ഒരു കൂട്ടമായി മാറിയിരുന്നു അവർ. ആന്തരികാവയവങ്ങൾക്കു പരിക്കേറ്റാണ് തല്ലുകൊണ്ട ആൾ ചികിത്സയിൽ ഇരിക്കെ മരിച്ചത്.

അയാളുടെ വീട്ടുകാരുടെ അവസ്ഥ വളരെ ദയനീയമാണ്.

വെറും ഇരുപത്തിയെട്ടു വയസ്സാണ് അയാളുടെ പ്രായം.

പക്ഷേ, ലഹരിയുടെ ഉപയോഗം അയാൾക്ക് ഒരു വൃദ്ധന്റെ രൂപം നൽകി.

പല്ലുകൾ കൊണ്ടു കടിച്ചുപൊട്ടിച്ചാണ് അയാൾ ലഹരി ഉപയോഗിച്ചിരുന്നത്.

വെറും ഒരു വർഷം പോലും ആയിട്ടില്ല അയാൾ ലഹരിക്ക്

അടിമപ്പെട്ടിട്ട്. പല്ലുകൾ ഏതാണ്ട് നഷ്ടപ്പെട്ടിരുന്നു. ഇടയ്ക്ക് ചോര തുപ്പിയിരുന്നു, ചിലപ്പോൾ എവിടെങ്കിലും വീണു കിടക്കും. രക്തത്തിൽ ലഹരിയുടെ തോതു കുറഞ്ഞാൽ ആരെയും ആക്രമിക്കും.

എന്തും ചെയ്യും.

ലഹരി കിട്ടണം. അതു മാത്രമേ ലക്ഷ്യമുള്ളൂ.

അയാൾ വിവാഹം കഴിച്ചിരുന്നു.

ഒരു ചെറിയ മകളുണ്ട്.

നന്നായി പഠിച്ച്, ഒരു സ്വകാര്യ കമ്പനിയിലെ മാർക്കെറ്റിങ്ങ് മാനേജർ ആയി ജോലി ചെയ്തു വരവേ അയാൾ ഇഷ്ടപ്പെട്ട പെൺകുട്ടിയെ വിവാഹം കഴിച്ചതുമാണ്.

പക്ഷേ, ഏതോ ഒരു ബിസിനസ് മീറ്റിങ്ങിൽ ഒരു ഉത്തരേന്ത്യൻ സഹപ്രവർത്തകനാണ് അയാളെ ലഹരിയിലേക്കു ക്ഷണിച്ചത്.

അയാളുടെ മകൾ ജനിച്ചിട്ട് മാസങ്ങളേ ആയിട്ടുള്ളൂ അപ്പോൾ.

വെറും തമാശയ്ക്ക്, പിന്നീട്, ജോലിയിലെ ടെൻഷൻ മാറ്റാൻ ഇതൊക്കെ ആയിരുന്നു ആദ്യ കാലത്തു കാരണങ്ങളായി അയാൾ കണ്ടെത്തിയിരുന്നത്.

ഒടുവിൽ ജോലി നഷ്ടമായി.

പണത്തിനു വേണ്ടി വീട്ടിലുള്ളവരെ ഉപദ്രവിക്കാൻ തുടങ്ങിയപ്പോൾ അവർ അയാളെ ഭയന്ന് ഒളിച്ചു താമസിക്കേണ്ട സ്ഥിതിയായി.

മരണവിവരം ഏറെ പ്രയാസപ്പെട്ടാണ് പോലീസിന് അയാളുടെ വീട്ടുകാരെ അറിയിക്കാൻ കഴിഞ്ഞത്.

ഒടുവിൽ പോസ്റ്റുമോർട്ടവും കഴിഞ്ഞ് അയാൾ മോർച്ചറിയിൽ കിടക്കുമ്പോൾ പുറത്ത് രണ്ട് അച്ഛന്മാർ കാത്തു നിന്നിരുന്നു.

അയാളുടെ അച്ഛനും, അയാളുടെ ഭാര്യയുടെ അച്ഛനും.

രണ്ടു കുടുംബത്തിന്റെ പ്രതീക്ഷകൾ അസ്തമിച്ചിരിക്കുന്നു.

ശാന്തി ടീച്ചർ, താൻ അറിഞ്ഞ വിവരം എല്ലാവരോടുമായി പറഞ്ഞു. ആരും പരസ്പരം ഒന്നും പറഞ്ഞില്ല. അച്ഛമ്മ മാത്രം നാരായണ നാരായണയെന്ന് തുടർച്ചയായി മന്ത്രിച്ചു. അവരുടെ കണ്ണു നിറഞ്ഞു തുളുമ്പിയിരുന്നു.

പുതിയ കാലത്തിന്റെ പുത്തൻ ലഹരികൾ മനുഷ്യരെ കൊല്ലുന്നതു കണ്ട് ആ വൃദ്ധ വേദനിച്ചു.

മിന്നുവിന്റെ അച്ഛൻ ഭക്ഷണം കഴിച്ച് എഴുന്നേറ്റു.

അപ്പോഴേക്കും ഓഫീസിൽ നിന്നും വാഹനം വന്നു.

അതിൽ മിന്നുവിന്റെ അച്ഛൻ പുറത്തേക്കു പോയി.

അന്നു രാത്രി മിന്നുവിന്റെ അച്ഛനും അവരുടെ ടീമിനും പിടിപ്പതു ജോലിയുള്ള ദിവസമായിരുന്നു.

അവരുടെ മുന്നിലുള്ളത് ഒന്നും രണ്ടുമല്ല ഒമ്പതുപേരടങ്ങുന്ന ഒരു ടീമിനെ മൊത്തം പിടികൂടുക എന്ന വെല്ലുവിളിയാണ്. എങ്ങനെയൊക്കെ രഹസ്യ നീക്കം ഉണ്ടാകുമ്പോഴും അത് കൃത്യമായി ചോരുന്നത് ശ്രദ്ധിച്ച ശേഷം ഏറ്റവും വിശ്വസ്തരായ ചില ഉദ്യോഗസ്ഥരും ഉന്നത ഉദ്യോഗസ്ഥന്റെ പ്രത്യേക നിർദ്ദേശത്തിൽ വന്ന ചില ഉദ്യോഗസ്ഥരും പോലീസിന്റെ സ്പെഷ്യൽ സെല്ലിന്റെ കൂടി സഹായവും ചേർത്താണ് അന്നത്തെ ഓപ്പറേഷൻ നിശ്ചയിച്ചത്.

അതിന്റെ മുന്നോടിയായിട്ടാണ് ജോസഫ് സാറിനെക്കൂട്ടി അഭിറാമിന്റെ വീട്ടിലേക്കു പോയതും.

പരിസരം വീക്ഷിച്ച് അവന്റെ നിലപാട് തിരിച്ചറിയുക എന്നതായിരുന്നു ലക്ഷ്യം. അവൻ ആ കൂട്ടുകെട്ടിൽ ഇല്ല എന്നു കണ്ടെത്തി ഉറപ്പാക്കിയ ശേഷമാണ് ബാക്കി പ്ലാനുകൾ ഫൈനൽ ആക്കിയത്.

പുഴയുടെ അഴിമുഖത്തോടു ചേർന്നുള്ള ചതുപ്പ് ആണ് കഞ്ചാവു കച്ചവടക്കാരുടെ കേന്ദ്രം.

ഓരോ തരം ലഹരി ഓരോ വിഭാഗക്കാർക്ക് എന്നതായിരുന്നു അവരുടെ പ്രവർത്തന രീതി.

ഏറ്റവും വീര്യം കുറഞ്ഞ ലഹരി ചേർന്ന മിഠായി കൊടുത്ത് സ്ക്കൂൾ വിദ്യാർത്ഥികളോടു ചങ്ങാത്തം കൂടും.

പഠിക്കാൻ മടിയുള്ള, ക്ലാസിൽ പോകാതെ കറങ്ങി നടക്കുന്നവരെ കണ്ടെത്തി വാചകമടിച്ച് വലയിലാക്കാൻ പോന്നവരാണ് ആ ഗ്രൂപ്പിൽ ഉണ്ടായിരുന്നത്.

അവരെയാണ് കുടുക്കാൻ എളുപ്പം.

ആ കൂട്ടത്തിൽ ചില പ്രൊഫഷണൽ കോളേജു വിദ്യാർത്ഥികളും ഉൾപ്പെട്ടിരുന്നു.

പ്രത്യേകിച്ച് തൊഴിലൊന്നുമില്ലാത്ത ചെറുപ്പക്കാരായിരുന്നു ആ ഒമ്പത് അംഗ ടീമിലെ പ്രധാനികൾ.

മയക്കുമരുന്ന് വിൽപ്പനയും, ഒപ്പം തല്ലുണ്ടാക്കലും ഒക്കെയാണ് അവരുടെ വരുമാനമാർഗം.

പുതുതായി ആളെച്ചേർക്കാൻ പ്രത്യേക പരിശീലനവും അവർക്കുണ്ടായിരുന്നു.

അത്തരത്തിൽ അവരുടെ ടീമിലേക്കു കടന്നുവന്ന ആളിനെ ലഹരിയ്ക്കു വേണ്ടിയുള്ള ഒരു വാക്കു തർക്കത്തിന്റെ പേരിൽ ഓടിച്ചിട്ട് അടിച്ചതും ചവിട്ടിയതുമാണ് അന്ന് ശാന്തി ടീച്ചർ കണ്ട

സംഭവം. വടിവാൾ, കത്തി, കഠാര തുടങ്ങിയ ആയുധങ്ങൾ സദാ കൊണ്ടു നടക്കുന്നവരുമാണ് അവർ.

അവരെ പിടികൂടുക അത്ര എളുപ്പമല്ല.

പകൽ ഇവർ പല ഭാഗങ്ങളിൽ ചിതറിപ്പോകും.

അതാണ് രാത്രി അവരെ പിടികൂടാം എന്നു നിശ്ചയിച്ചത്.

അവർ ഇരിക്കുന്ന സ്ഥലം കണ്ടെത്തിയ ശേഷം രക്ഷപ്പെടാനുള്ള പഴുതുകൾ അടച്ചാണ് അന്ന് ഉദ്യോഗസ്ഥർ അവരെ പിടികൂടാൻ ഇറങ്ങിത്തിരിച്ചത്.

ഒമ്പതംഗങ്ങളിൽ ഒരാളെ കൂട്ടുപിടിച്ചാണ് ആ ഓപ്പറേഷൻ രൂപപ്പെടുത്തിയത്.

രാത്രി പതിനൊന്നു മണി.

പുഴയോരത്ത് കുറച്ച് അകലെ വണ്ടി നിർത്തിയാണ് അവർ തെരച്ചിലിന് ഇറങ്ങിയത്. അത്ര എളുപ്പമല്ലായിരുന്നു അത്. പിടികൂടാൻ ഇറങ്ങുന്നവർക്കു വെല്ലുവിളിയാണ് ആ ചതുപ്പ്.

ഒടുവിൽ, മൂന്നു മണിക്കൂറിലെ കഠിനശ്രമത്തിനു ശേഷമാണ് ആ ഗ്രൂപ്പിനെ ഒന്നായി പിടികൂടാനായത്.

അന്നു പുലർച്ചെ തുടങ്ങിയ ചോദ്യം ചെയ്യൽ പിറ്റേന്നും തുടർന്നു. ഒടുവിൽ വെളിച്ചത്തു വന്നത് ഞെട്ടിപ്പിക്കുന്ന സത്യങ്ങളും. താവളം വളഞ്ഞപ്പോൾ കിട്ടിയത് ചാക്കു കണക്കിന് കഞ്ചാവ് ഉൽപ്പന്നങ്ങളും കിലോക്കണക്കിന് സിന്തറ്റിക് മയക്കുമരുന്നും.

ഒടുവിൽ വൈകുന്നേരത്തോടെ മിന്നുവിന്റെ അച്ഛൻ വീട്ടിലെത്തി.

മിന്നു അപ്പോഴും മുറിവുകളുടെ വേദനയിൽ എഴുന്നേൽക്കാൻ സാധിക്കാതെ കട്ടിലിൽ കിടപ്പുണ്ടായിരുന്നു.

അദ്ദേഹം വന്ന് അവളെ കെട്ടിപ്പിടിച്ച് ഉമ്മ കൊടുത്തു.

ഒരു വലിയ വിപത്തിനെ വെളിച്ചത്തു കൊണ്ടുവരാൻ ആ അഞ്ചാം ക്ലാസ്സുകാരിയുടെ മനോധൈര്യമാണ് യഥാർത്ഥത്തിൽ സഹായകമായത്.

ആ ഒരു മിഠായി കൈയിൽ വന്ന നിമിഷമാണ് ആ സംഘത്തിനെ കുടുക്കാനുള്ള ഏറ്റവും വലിയ തെളിവു ലഭിച്ചത്. അവൾ ഭയന്നോ, അതുമല്ലെങ്കിൽ ആവശ്യമില്ലാത്തതിൽ എന്തിന് ഇടപെടണമെന്നോ ചിന്തിച്ചിരുന്നെങ്കിൽ ഒരിക്കലും സ്ക്കൂളിൽ മയക്കുമരുന്നിന്റെ സാന്നിദ്ധ്യം തിരിച്ചറിയപ്പെടില്ലായിരുന്നു.

അവൾ ചെയ്തത് ചെറിയ കാര്യമല്ല.

ലക്ഷക്കണക്കിനല്ല, കോടികളുടെ മയക്കുമരുന്നു ശേഖരമാണ്

പിടിച്ചെടുത്തത്.

അതു മുഴുവൻ ഈ നാട്ടിൽ വിതരണം ചെയ്യപ്പെടുമായിരുന്നുവെന്ന് ഓർത്തപ്പോൾ അദ്ദേഹം അവളെ ചേർത്തു പിടിച്ച് പറഞ്ഞു, 'മിടുക്കി. നീ ഒരു നാടിനെയാണ് രക്ഷിച്ചത്. ചെറിയ കാര്യമല്ലത്.'

കാര്യം മുഴുവൻ പിടികിട്ടിയില്ലെങ്കിലും അവൾ ചിരിച്ചു.

അപ്പോൾ അദ്ദേഹം അവൾക്ക് ഒരുമ്മ കൂടിക്കൊടുത്തു.

അച്ഛൻ മിന്നുവിന്റെ മുറിയിൽ നിന്നും പുറത്തിറങ്ങുമ്പോൾ അച്ഛമ്മ അവിടെ നിൽക്കുന്നുണ്ടായിരുന്നു.

അവർ മുന്നോട്ടുവന്ന് മകനെ ചേർത്തു പിടിച്ചു.

'നീ ചെറിയ കാര്യമായി അവൾ പറഞ്ഞ കാര്യത്തെ അവഗണിച്ചില്ലല്ലോ. ഇന്നിപ്പോൾ ഇത്രയും വലിയൊരു സംഘത്തെ പിടികൂടാനായത് അതുകൊണ്ടല്ലേ?'

അന്നു രാത്രി ആ വീട്ടിൽ എല്ലാവരും വളരെ ദിവസങ്ങളായുള്ള അസ്വസ്ഥതകൾ മാറ്റിവെച്ച് നന്നായി ഉറങ്ങി.

13
ഇതാണ് ഇച്ഛാശക്തി

'കുഞ്ഞിനെന്തു പറ്റി ശാരദേച്ചീ?' എന്നു ചോദിച്ചു കൊണ്ടാണ് ദേവകി ടീച്ചർ വീട്ടിലേക്കു കയറി വന്നത്.

'ദേവകീ നീയോ?'

മിന്നുവിന്റെ കട്ടിലിനരികിൽ ഇരിക്കുകയായിരുന്ന ശാരദ ടീച്ചർ എഴുന്നേറ്റു.

'എന്റെ ശാരദേച്ചീ, ഞാൻ രണ്ടു ദിവസം സവിതയുടെ വീട്ടിൽ പോയിരുന്നു. അവിടെ കല്യാണം വരുകയല്ലേ? ഇന്നലെ രാത്രിയായി വന്നപ്പോൾ. ഇന്നു രാവിലെയാണ് ഞാൻ കാര്യം അറിയുന്നത്. ഏഴു മണിക്ക് തേങ്ങയിടാൻ ബംഗാളിയെക്കൂട്ടി വന്നത് നമ്മുടെ മണിയനായിരുന്നു. അവനാ പറഞ്ഞത് കാര്യങ്ങൾ. എന്നാലും എന്റെ മോളെ, അവനൊന്നും ചെയ്തില്ലല്ലോ. ഈശ്വരൻ കാത്തു.' ദേവകി ടീച്ചർ പറഞ്ഞു നിർത്തി.

'ഒന്നും പറയണ്ട, ദേവകീ, എന്റെ കുഞ്ഞിനെ കാണണമായിരുന്നു. ഓർക്കാൻ വയ്യ. മിത്തു കണ്ടപാടെ അവളെ വാരി എടുത്ത് തോളത്തിട്ട് ഓടുകയായിരുന്നു ആ വയലിലൂടെ. ആ മതില് പൊളിഞ്ഞു കിടക്കുവല്ലേ? സ്ക്കൂളിലാണ് ഇപ്പോൾ അവന്മാരുടെ താവളം.'

'എന്റെ ചേച്ചീ, എന്തു പറയാനാ ഞാൻ. സതീശനാണ് വാശി ഇപ്പോൾ. പക്ഷേ, ഈ കുഞ്ഞ് ഇങ്ങനെ കിടക്കുന്നത് കണ്ടിട്ട് എനിക്ക് സഹിക്കാൻ പറ്റുന്നില്ല. ഞാനിപ്പോ വന്നത് ഒരു കാര്യം പറയാനാണ്. മതിലു പൊക്കിക്കെട്ടാൻ എത്ര രൂപയാകും എന്ന് എഞ്ചിനീയറോടു പറഞ്ഞ് എസ്റ്റിമേറ്റ് എടുക്കാൻ പറയണം ശാന്തിയോട്. ഞാനിത്ര കാലം ജോലി ചെയ്തതല്ലേ? കുറച്ചു കാശ് എന്റെ കൈയിലും ഉണ്ട്. ഞാനത് ചെയ്യും. ഞാനാണ് മാനേജർ. അതാർക്കും എഴുതിക്കൊടുത്തിട്ടില്ല. മക്കളല്ലേ, എന്നു കരുതി ക്ഷമിക്കുമ്പോൾ ഇത്തരം നിലപാട് ശരിയല്ല. അല്ല, ശാന്തി എവിടെ?'

'അവൾ പഞ്ചായത്തിലേക്കു പോയി. രാവിലെ കൗൺസിലറെ കണ്ടിരുന്നു. പഞ്ചായത്ത് പ്രസിഡന്റിനെ ഒന്നു കാണണം എന്ന് അവരാ പറഞ്ഞത്. ഞാനും പോകാനിരുന്നതാ, കുഞ്ഞ് പോകാൻ സമ്മതിക്കുന്നില്ല. ഞങ്ങളാരെങ്കിലും കൂടെ വേണം. പേടി കുടുങ്ങി. കുട്ടിയല്ലേ, അവൾ ആകെ പേടിച്ചു പോയി. എന്റെ ദേവകീ, കുഞ്ഞിനെ കാണാൻ പറ്റാത്ത വിധമായിരുന്നു, ആകെ ചെളിയും ചോരയും. ഞാനാകെ പേടിച്ചു പോയി. ഇവിടെ കൊണ്ടുവന്ന് ഒന്ന് കുളിപ്പിച്ചപ്പഴാണ്, മുറിവുമൊത്തം കാണുന്നത്. പാവം, കുറേ വേദന സഹിച്ചു. ഉരഞ്ഞതല്ലേ, അതും കാലിന്റെ മുട്ട്, നല്ല വേദനയും ഉണ്ട്, ഉണങ്ങാനും സമയമെടുക്കും. ഉടനേ തന്നെ ആശുപത്രിയിൽ എത്തിച്ച് കുത്തിവെയ്പ്പ് എടുത്തു.' ശാരദാമ്മ പറഞ്ഞു നിർത്തി.

'ശാന്തി വരാൻ വൈകുമോ?' ദേവകി ടീച്ചർ ചോദിച്ചു.

'കൃഷി ഓഫീസറെ കണ്ടിട്ടേ വരൂ, ഏതായാലും നേരം ഉച്ചയാകാറായല്ലോ, നീ ഇരിക്ക് ഞാനവളെ വിളിക്കാം. ഉണ്ടിട്ട് പോകാം. മിത്തു നിന്നെ കൊണ്ടാക്കും. അവന് സ്റ്റഡീലീവാ... ഈ ഉച്ചക്ക് നീ നടന്നു പോകണ്ട. നിനക്കും വയ്യാത്തതല്ലേ?'

ശാരദാമ്മ പറഞ്ഞു.

എന്നിട്ട് ഫോൺ എടുത്ത് മരുമകളെ വിളിച്ചു.

'ദേവകീ, അവളിപ്പോ എത്തും. നീ ഇരിക്ക്. ഞാൻ പപ്പടം കാച്ചാം. ഇന്നിപ്പോ അധികം കൂട്ടാനൊന്നും വെച്ചില്ല. ഉള്ളതു കൂട്ടിക്കഴിക്കാം.' ശാരദാമ്മ പറഞ്ഞു.

'ശാരദേച്ചീ, രാധാകൃഷ്ണൻ എവിടെ? ഡ്യൂട്ടിക്കു പോയോ?' ദേവകി ടീച്ചർ ചോദിച്ചു.

'അവൻ ഇന്നലെ രാത്രി ഇവിടുണ്ടായിരുന്നു. അച്ഛനും മോളും കൂടിയായിരുന്നു കിടപ്പ്. ഇന്നു രാവിലെ ഓഫീസിൽ നിന്നും

വണ്ടി വന്നു പോയതാ. ഇനിയിപ്പോൾ രാത്രിയാകുമായിരിക്കും വരാൻ. അവന്റെ കാര്യമൊക്കെ അങ്ങനാണ്. പിന്നെ ഒന്നുണ്ട്, എന്റെ കുഞ്ഞിനെ പേടിപ്പിച്ചവനെയൊക്കെ കഴിഞ്ഞ ദിവസം ഇവര് പിടികൂടി അകത്താക്കിയിട്ടുണ്ട്. ഉടനെ ജാമ്യം കിട്ടാത്ത വിധത്തിലാ കേസുള്ളത്. പുതിയ കൂട്ടർ ഇറങ്ങും മുൻപ് ആ മതിലും കെട്ടി, ക്യാമറയും വെച്ചാൽ കുറച്ച് ആശ്വാസമാകും. എന്റെ ദേവകീ, ഈ പത്തും പതിമൂന്നും വയസ്സുള്ള കുട്ടികൾക്ക് ലഹരി കൊടുത്താൽ.... എന്താ കഥ!' ശാരദാമ്മ പറഞ്ഞു.

അപ്പോഴേക്കും ശാന്തി ടീച്ചർ എത്തി.

ഒരു ഗ്ലാസ് വെള്ളവും എടുത്തു കുടിച്ച് മിന്നു കിടക്കുന്ന മുറിയിലെത്തി. അവിടെ അതിഥിയെ കണ്ട് കുശലം ചോദിച്ചു.

'പ്രസിഡന്റ് ഉണ്ടായിരുന്നോ മോളേ? എന്തു പറഞ്ഞു അദ്ദേഹം?' ദേവകി ടീച്ചർ ചോദിച്ചു.

'ഉണ്ടായിരുന്നു കുഞ്ഞമ്മാ, ആ മതിലു കെട്ടാൻ പ്രസിഡന്റ് വിചാരിച്ചാൽ കുറച്ചു തുക കിട്ടുമോ എന്നറിയാൻ കൂടിപ്പോയതാ. അടുത്ത വർഷം തുടങ്ങും മുൻപ് മതിലു കെട്ടിയില്ലെങ്കിൽ ചിലപ്പോൾ സ്ക്കൂളിന് ഫിറ്റ്നസ് സർട്ടിഫിക്കറ്റ് കിട്ടിയെന്നു വരില്ല. എഞ്ചിനീയറേയും ഒന്നു കണ്ടു. ആ മാഡവും അതു പറഞ്ഞു. സതീശൻ ചേട്ടനോട് എങ്ങനാ കുഞ്ഞമ്മാ ഞാൻ ഇത് പറയേണ്ടത്?' ശാന്തി ടീച്ചർ പറഞ്ഞു.

'ഓ, എന്റെ ശാന്തീ, സ്ക്കൂൾ മാനേജർ ഞാനല്ലേ? ഞാൻ മതിലു കെട്ടും. എന്റെ പിള്ളേര് പഠിക്കുന്ന ഇടത്ത് ഒരു അപകടം നടന്നാൽ ഞാൻ നോക്കി നിൽക്കുമോ? പഞ്ചായത്ത് പ്രസിഡന്റ് ഒന്നും തരണ്ട. നമ്മുടെ സ്ക്കൂളിന്റെ കാര്യം നമ്മള് നോക്കും. അത്ര തന്നെ.'

ദേവകി ടീച്ചർ പറഞ്ഞതു കേട്ട്, ശാന്തി ടീച്ചർ അത്ഭുതപ്പെട്ടു.

'ശാരദേ, നീ ഒറ്റക്ക് എല്ലാ ചെലവും കൂടി നോക്കണ്ട, ഞാനും തരാം പകുതി കാശ്. എന്റെ പെൻഷൻ കാശ് ഇവിടെ ആരും ഒന്നിനും എടുക്കാറില്ല. ഒരു നല്ല കാര്യത്തിനല്ലേ?'

ശാരദ ടീച്ചർ പറഞ്ഞു.

'കൊള്ളാമല്ലോ നിങ്ങൾ സീനിയർ സിറ്റിസൺസ്, എന്നാൽ നിങ്ങൾ മാത്രമായി എല്ലാം ചെയ്യേണ്ട, നമുക്ക് നമ്മുടെ പൂർവ വിദ്യാർത്ഥി കൂട്ടയ്മയെക്കൂടി അറിയിക്കാം. അവരും പഠിച്ചിറങ്ങിയത് ഇവിടെ നിന്നല്ലേ? അടച്ച് ഇട്ടിരിക്കുന്ന രണ്ട് ക്ലാസ് മുറികൾ ഡൈനിങ്ങ് റൂം ആക്കിമാറ്റണം. അതുപോലെ, വളവും പണി

ആയുധങ്ങളും വെക്കാൻ, ആ പഴയ മൂത്രപ്പുരയോടു ചേർന്ന കെട്ടിടം ഒന്ന് ശരിയാക്കി എടുക്കാം. പൊളിഞ്ഞ മൂത്രപ്പുര മൊത്തം ഇടിച്ചു കളഞ്ഞ് അവിടെ ഒന്ന് വൃത്തിയാക്കുകയും വേണം. അവിടൊക്കെ മറഞ്ഞിരിക്കാൻ സൗകര്യമുണ്ട്.'

'ഹഹഹ, എന്റെ കൊച്ചേ, ഞങ്ങൾ സീനിയർ സിറ്റിസൺസ് എന്താ മോശക്കാരാണെന്നു കരുതിയോ? ഒന്നുമില്ലെങ്കിലും എത്ര തലമുറകൾ വളരുന്നതു കണ്ടവരാ ഞങ്ങൾ?'

ദേവകി ടീച്ചർ പറഞ്ഞു.

'അതേയതേ, സതീശൻ ചേട്ടന്റെ മുന്നിലും വേണം ഇതേ ധൈര്യം...'

ശാന്തി ടീച്ചർ കളിയാക്കി.

'എന്റെ മോളേ, അതു നിനക്ക് അറിയില്ലേ? അമ്മമാർക്ക് മക്കളോട് ഒരു കരുതലുണ്ടാകും. പല ഘട്ടങ്ങളിലും, നമ്മുടെ മക്കളല്ലേ, എന്നു കരുതി അവരു പറയുന്നതങ്ങ് കേൾക്കും. അതിന്റെ അർത്ഥം പേടിയാണെന്നല്ല. അവരുടെ പരിമിതികൾ നമുക്കല്ലേ അറിയുക മറ്റാരെക്കാളും. പക്ഷേ, അവരും കരുതും അവരെ പേടിച്ചിട്ടാണെന്ന്. രണ്ടു വർഷം മുൻപ് സതീശന്റെ അച്ഛൻ മരിക്കും മുൻപ് എന്നോടു പറഞ്ഞതാണ്, ശരിയെന്നു കരുതുന്നത് പ്രവർത്തിക്കാൻ ആരേയും ഭയക്കരുത് എന്ന്. ഞാൻ അത്രയേ ചെയ്യുന്നുള്ളൂ.' ദേവകി ടീച്ചർ പറഞ്ഞു.

'കുഞ്ഞമ്മ വരൂ, നമുക്ക് ഊണുകഴിക്കാം.'

ശാന്തി ടീച്ചർ പറഞ്ഞു.

എല്ലാവരും ചേർന്ന് ഊണു കഴിച്ചു.

പിന്നെ, മിന്നുവിന് ഉള്ള ചോറും കറിയും ഒരു പാത്രത്തിൽ എടുത്ത് അവിടേക്കു ചെന്നു.

ദേവകി ടീച്ചർ കുറച്ചു സമയം കൂടി അവിടെ സംസാരിച്ച് ഇരുന്നു. മിന്നു ഭക്ഷണം കഴിച്ചു കഴിഞ്ഞപ്പോൾ, ശാന്തി ടീച്ചർ, ഡയറിയും എടുത്ത് അവളുടെ അടുത്തേക്കു ചെന്നു.

പൂർവ വിദ്യാർത്ഥികളുടെ സംഘടനയുടെ പ്രവർത്തകരിൽച്ചിലരെ വിളിച്ചു.

അവരോടു കാര്യങ്ങൾ പറഞ്ഞു.

അവർ ചർച്ച ചെയ്ത ശേഷം കാര്യങ്ങൾ അറിയിക്കാം എന്നു പറഞ്ഞു.

കാര്യങ്ങൾ ശരിയായി വരുന്നതു കണ്ട് ശാന്തി ടീച്ചർ സന്തോഷിച്ചു.

സന്ധ്യക്ക് രണ്ടു സന്ദർശകർ ടീച്ചറുടെ വീട്ടിലേക്ക് എത്തി.

പൂർവ വിദ്യാർത്ഥി സംഘടനയുടെ അംഗങ്ങളാണ് രണ്ടു പേരും.

ഒരാൾ കലക്ട്രേറ്റിൽ ഉദ്യോഗസ്ഥൻ വിജയകുമാർ, ഒരാൾ പ്രവാസി ബിസിനസ്സുകാരനായ സുധീർ ഷാ.

രണ്ടു പേരും വന്ന് ശാരദ ടീച്ചറോടു സംസാരിച്ചു.

ശാരദ ടീച്ചർ പഠിപ്പിച്ച കുട്ടികളാണ്.

ടീച്ചർ വീട്ടു വിശേഷങ്ങൾ തിരക്കി.

ശാന്തി ടീച്ചർ ചായയുമായി എത്തി.

അവർ മിന്നുവിനെ വന്നു നോക്കി.

പിന്നെ സ്ക്കൂളിലെ വിശേഷങ്ങൾ അന്വേഷിച്ചു.

ശാന്തി ടീച്ചർ കാര്യങ്ങൾ പറഞ്ഞു.

ആദ്യം ചില നിർദ്ദേശങ്ങൾ വിജയകുമാർ ആണു മുന്നോട്ടു വെച്ചത്.

'ശാന്തീ, അവിടെ എന്തൊക്കെ വേണം എന്ന് പിടിഎ കൂടി ഒരു തീരുമാനം എടുക്കണം. ഒരു ഡൈനിങ്ങ് ഹാൾ വേണം എന്നു പറഞ്ഞില്ലേ? നിലവിലെ പാചകപ്പുര ടെംമ്പററി ഷെഡ് അല്ലേ? ഡൈനിങ്ങ് ഹാളിനോടു ചേർന്ന് പാചകപ്പുര കൂടി നിർമ്മിച്ച് ഒരു മിച്ച് ഷീറ്റ് ഇട്ട് എടുക്കാം. അപ്പോൾ വിളമ്പാനും എളുപ്പമായി. കൈ കഴുകാനുള്ള സൗകര്യവും ഒരുക്കാം. അച്ഛൻ മരിച്ചിട്ട് രണ്ടു വർഷം ആകുന്നു. സത്യത്തിൽ അച്ഛനും പഠിച്ച സ്ക്കൂളാണ്. ടീച്ചറിന് അറിയാം. അച്ഛന്റെ ഓർമയ്ക്ക് എന്തെങ്കിലും ചെയ്യണം എന്നു കുറേനാൾ ആയി ചിന്തിക്കുന്നു. അനിയത്തി അമേരിക്കയിലാണ്. അവളും അതുതന്നെ പറയുന്നു. ഡൈനിങ്ങ് ഏരിയയുടെ കാര്യം ഞാൻ ഏൽക്കുന്നു. പിന്നെ പൂർവ വിദ്യാർത്ഥി സംഘടന എന്ന നിലയിൽ മറ്റു കാര്യങ്ങൾ സുധീറിനെ ഏൽപ്പിക്കുക. ഞങ്ങൾ ഒരു ഓൺലൈൻ മീറ്റിങ്ങ് വിളിക്കുന്നുണ്ട്. എന്നിട്ട് എല്ലാവരോടും ചർച്ച ചെയ്ത് സ്ക്കൂളിനു വേണ്ട മറ്റു കാര്യങ്ങൾ താമസം കൂടാതെ ചെയ്തെടുക്കാം. എന്താ?'

ശാന്തി ടീച്ചറിന്റെ കണ്ണു നിറഞ്ഞു.

'എന്തു പറയാനാണ് ഞാൻ? ഒരാപത്തു വന്നപ്പോൾ എല്ലാവരും ഒത്തുചേർന്നുവല്ലോ. അതു മതി. ഈ വർഷം നമ്മൾ ഫുൾ എപ്ലസ് എന്ന ലക്ഷ്യവും കൈവരിക്കും, ഉറപ്പാണ്.'

ശാന്തി ടീച്ചർ പറഞ്ഞു.

അവർ മടങ്ങിയപ്പോൾ ടീച്ചർ മിന്നുവിന്റെ അടുത്തുചെന്നു,

അവളുടെ നെറ്റിയിൽ മെല്ലെ തലോടിയിട്ട് ആ നെറ്റിയിൽ ഒരു ഉമ്മ കൊടുത്തു.

മിന്നു പുഞ്ചിരിച്ചു.

ആ പുഞ്ചിരിക്ക് നക്ഷത്രത്തിളക്കമുണ്ടായിരുന്നു.

അതു മിന്നാമിന്നിയെ പോലെ ശോഭിച്ചു.

14
മിന്നുവിനു കിട്ടി ഒരു സമ്മാനം

മിന്നുവിന്റെ മുറിവുകൾ ഭേദമായിത്തുടങ്ങി. ചെവിയിലെയും കണ്ണിനു മുകളിലെയും മുറിവുകൾ ചെറിയ പാടു മാത്രം അവശേഷിപ്പിച്ചു. കാൽമുട്ടിലെ മുറിവ് അത്ര വേഗം ഉണങ്ങാൻ കൂട്ടാക്കിയിലെങ്കിലും, അവളുടെ പഴയ പ്രസരിപ്പു തിരിച്ചുകിട്ടി.

അവൾ സ്ക്കൂളിലേക്കു വീണ്ടും പോവുകയാണ്.

അവധിയെടുത്ത ദിവസങ്ങളിലെ നോട്ടുകൾ എഴുതി പൂർത്തിയാക്കി, ആ ദിവസങ്ങളിൽ പഠിപ്പിച്ച പാഠങ്ങൾ ഏട്ടനോടു ചോദിച്ചു പഠിച്ച്, നല്ല മിടുക്കിക്കുട്ടിയായി, മുടിയൊക്കെ രണ്ടു വശത്തും പിന്നിക്കെട്ടി, അച്ഛമ്മയ്ക്ക് ഉമ്മ കൊടുത്ത് അവൾ അമ്മയ്ക്കൊപ്പം സ്ക്കൂളിലേക്ക് ഇറങ്ങി.

പത്തു ദിവസം മുൻപ് ഏട്ടൻ അവളെ തോളിലിട്ട് ഓടിയ അതേ വയൽ വരമ്പിന്റെ ഇരുവശത്തും നെൽച്ചെടികളിൽ കതിർക്കുല നിറഞ്ഞിരിക്കുന്നു.

അവൾ അമ്മയുടെ മുന്നിൽ നടന്നു.

വയൽ കടന്ന് മൈതാനത്തിലേക്കുള്ള കയറ്റത്തിൽ അമ്മ അവളുടെ കൈ മുറുകെ പിടിച്ചു.

മൈതാനം മുറിച്ചുകടന്ന് പടിക്കെട്ടിലേക്കു കടക്കുമ്പോൾ അവൾ അതിശയിച്ചു.

വലിയ കല്ലുകൾ ചിതറിക്കിടന്ന ആ വഴി നിരപ്പാക്കി ഇരുവശത്തേയും പുല്ലുചെത്തി വൃത്തിയാക്കി, പടിക്കെട്ട് വൃത്തിയായി കല്ല് അടുക്കി സിമന്റ് ഇട്ട് ഉറപ്പിച്ച് സുരക്ഷിതമാക്കിയിരിക്കുന്നു.

മാത്രവുമല്ല, അവൾ അന്നു കല്ലിൽ കാൽ ചവിട്ടി വഴുക്കി താഴേക്കു വീഴുന്നിടത്തു നിറയെ മണലും ചളിയുമായിരുന്നു.

ഇപ്പോൾ വെള്ളം ഒഴുകിപ്പോകാനുള്ള കാന വൃത്തിയാക്കി അതിൽ വീതിയിൽ രണ്ടു സ്ലാബ് പിടിച്ചിട്ടിരിക്കുന്നു. അതൊക്കെ

കണ്ട് അവൾ അമ്മയെ നോക്കി ചിരിച്ചു.

അമ്മ അവളുടെ തലയിൽ തലോടി.

അന്ന് അസംബ്ലിയിൽ ഒരു അതിഥി സംസാരിക്കാനെത്തി.

അത് ജില്ലാ വിദ്യാഭ്യാസ ഓഫീസർ ആയിരുന്നു.

പ്രാർത്ഥനാഗീതവും പ്രതിജ്ഞയും കഴിഞ്ഞ ശേഷമാണ് അദ്ദേഹം സംസാരിച്ചു തുടങ്ങിയത്.

അദ്ദേഹം കുട്ടികളോടും, അധ്യാപകരാടും, അവിടെ അന്നു വന്നു ചേർന്ന രക്ഷിതാക്കളോടും ഇങ്ങനെ പറഞ്ഞു,

'എന്റെ എത്രയും പ്രിയപ്പെട്ട വിദ്യാർത്ഥികളേ, ഏറ്റവും ബഹുമാന്യരായ അദ്ധ്യാപകസുഹൃത്തുക്കളേ, രക്ഷിതാക്കളേ, ഇന്ന്, ഈ സ്ക്കൂൾ അസംബ്ലിയിൽ ഇങ്ങനെ നിന്നു സംസാരിക്കുമ്പോൾ എനിക്ക് ഏറ്റവും അധികം സന്തോഷം തോന്നുന്നു. കാരണം, നമ്മുടെ ഈ സ്ക്കൂൾ, സമൂഹത്തിനു വേണ്ടി വലിയ ഒരു കാര്യം ചെയ്തിരിക്കുന്നു. ഒരു തലമുറ കടപ്പെടേണ്ട പ്രവൃത്തിയാണ് ഒരു സ്ക്കൂൾ സധൈര്യം ചെയ്തിരിക്കുന്നത്. അതിനെല്ലാം കാരണമായതോ ഒരു ചെറിയ പെൺകുട്ടിയുടെ അസാധാരണ നിരീക്ഷണ പാടവവും. നമ്മൾ കണ്ട കാഴ്ചകൾ തന്നെയാണ് അവളും കണ്ടത് എന്നോർക്കണം. എന്നാൽ അവൾ ആ കാഴ്ചകളെക്കുറിച്ചു ചിന്തിക്കുകയും സാഹസികമായി അവയെ നിരീക്ഷിക്കുകയും ചെയ്തു. അതിന്റെ ഫലമായി ഇരുപതോളം കുട്ടികൾ അകപ്പെട്ടതും, ഒരു പക്ഷേ അതിലെത്രയോ അധികം കുട്ടികൾ അകപ്പെട്ടു പോയേക്കാവുന്നതുമായ ഒരു വലിയ വിപത്തിനെ തടയാനുമായി. ഇപ്പോഴും കാര്യം പിടികിട്ടാത്തവർക്ക് ഒന്നു വിശദീകരിക്കാം.

നമ്മുടെ നാട്ടിൽ ലഹരിമരുന്നു കച്ചവടം വൻതോതിൽ നടക്കുന്നത് നിങ്ങൾക്ക് അറിയാമല്ലോ. പല രാജ്യങ്ങൾ കടന്നു വരുന്നവയും നമ്മുടെ നാട്ടിൽത്തന്നെ നിർമിക്കുന്നവയും അതിലുണ്ട്. ലഹരിമരുന്ന് എന്നു പറഞ്ഞാൽ സിഗററ്റ്, ബീഡി, മദ്യം എന്നിവയേക്കാളും മാരകമായി നമ്മളെ സ്വാധീനിച്ച് നശിപ്പിക്കുന്ന കഞ്ചാവ് ചേർന്ന ഉൽപ്പന്നങ്ങളും, ഉടൻ മരണകാരണമായേക്കാവുന്ന അതിമാരകമായ സിന്തറ്റിക് പദാർത്ഥങ്ങളുമാണ്.

ഇവയ്ക്ക് ഒരിക്കൽ അടിമപ്പെട്ടാൽ മോചനം ഏതാണ്ട് അസാധ്യമാണെന്ന് മനസ്സിലാക്കണം. അതോടെ നമ്മുടെ ബോധം കവർന്നെടുക്കപ്പെടും. ബോധമില്ലെങ്കിൽ അയാൾ ജീവിച്ചിരുന്നിട്ട് എന്തു കാര്യം? സ്വാഭാവികമായും സമൂഹത്തിൽ പാടെ ഒറ്റപ്പെടും. വീട്ടിൽ നിന്നും പുറത്താക്കപ്പെടും. അപ്പോൾ എന്താവും ചെയ്യുക?

ക്രിമിനലുകൾക്കൊപ്പം ചേർന്ന് ഗുണ്ടകളായി ജയിലിലും ഒളിവിലുമായി ജീവിക്കേണ്ടി വരും. ചിലപ്പോൾ ഉപയോഗിക്കുന്ന മയക്കുമരുന്നിന്റെ തീവ്രത അനുസരിച്ച് അപ്പോൾത്തന്നെ വീണു മരിക്കാം, മാരകമായ അസുഖങ്ങൾ പിടിപെടാം, ചെറിയ വാക്കു തർക്കത്തിൽ വളരെ ക്രൂരമായി കൊല്ലപ്പെടാം.

നോക്കൂ കുട്ടികളേ, ഈ വിപത്ത് നിസ്സാരമാക്കേണ്ടതല്ല. ഇത് ഇഞ്ചിഞ്ചായി നമ്മളെ കാർന്നുതിന്നുന്ന, കൊന്നു തിന്നുന്ന ഒന്നാണ്. അതു കൊണ്ട്, നിങ്ങൾ എപ്പോഴും ജാഗരൂകരായി നിലകൊള്ളണം. പരിചിതരോ അപരിചിതരോ ഒരു മിഠായി വച്ചുനീട്ടിയാൽ ഒന്നു സംശയിക്കണം. അപരിചിതർ തരുന്ന ഭക്ഷണം വേണ്ടെന്നു തന്നെ ഉറപ്പിക്കണം. ഇനി കൂട്ടുകാർ പറയുകയാണ്, ഇതു കഴിച്ചാൽ കൂടുതൽ പഠിക്കാം, ഓർമ്മശക്തി കൂടും എന്നൊക്കെയെങ്കിൽ ഓർക്കണം, ആ കൂട്ടുകാരൻ ആപത്തിലാണ്. ആ കൂട്ടുകാരനെ, ആ കൂട്ടുകാരിയെക്കുറിച്ച് അദ്ധ്യാപകരോടു പറയണം. കാരണം, ആരോ അവരെ വലയിലാക്കിയിരിക്കുന്നു. എത്ര വേഗത്തിൽ ഒരാളെ ലഹരിയുടെ ലോകത്തു നിന്നും പുറത്തു കടത്താനാകുന്നുവോ അത്രമാത്രമാണ് അയാളെ സ്വബോധത്തിലേക്കു രക്ഷിക്കാനുള്ള സാധ്യതയും.

എന്റെ കുഞ്ഞുങ്ങളേ, മയക്കുമരുന്ന് ഉപയോഗിച്ചാൽ നിങ്ങൾക്കു വലിയ സിനിമാ അഭിനേതാവാൻ കഴിയില്ല എന്നു തിരിച്ചറിയണം. നമ്മുടെ മുന്നിലുള്ള മഹാന്മാരായ നടന്മാരെ നടികളെ നോക്കൂ, അവർ ആരും അത്തരം സംഗതികൾ ഉപയോഗിച്ചല്ല ആ സ്ഥാനത്തേക്ക് ഉയർന്നത്, മറിച്ച് അവരുടെ അർപ്പണബുദ്ധിയും, കഠിന പരിശ്രമവും, ജാഗ്രതയും ഉപയോഗിച്ചാണ്. ഇന്നു മികച്ച വിജയം കൈവരിക്കുന്ന ഒരാൾ പോലും ആ തെറ്റായ വഴി സഞ്ചരിച്ചവരല്ല എന്നും അറിയുക. അവർ രാവും പകലും ലക്ഷ്യത്തിലേക്കു സഞ്ചരിച്ചു. വിജയിച്ചു.

ഇന്ന് ഇവിടെ ഇങ്ങനെ, ഈ സ്ക്കൂളിലെ വിദ്യാർത്ഥികൾക്കൊപ്പം, അദ്ധ്യാപകർക്കൊപ്പം, രക്ഷിതാക്കൾക്കൊപ്പം നിൽക്കുമ്പോൾ എനിക്കുള്ള അഭിമാനം ചെറുതല്ല. ഒരു പ്രദേശത്തെ മുഴുവൻ സങ്കടക്കടലിൽ ചവിട്ടിത്താഴ്ത്തുമായിരുന്ന ഒരു വലിയ മാഫിയയെയാണ് നിങ്ങൾ കുട്ടികൾ പൂട്ടിച്ച് ഓടിച്ചു വിട്ടത്.

ഏതായാലും, ഒന്ന് ഓർക്കുക, ഒരു ചെറിയ കുട്ടിയുടെ വെറും കൗതുകം നിറഞ്ഞ ജാഗ്രതയ്ക്ക് ഇത്രയേറെ മാറ്റമുണ്ടാക്കാനാവുന്നുവെങ്കിൽ നിങ്ങൾ ഓരോരുത്തരും ശ്രദ്ധ വെച്ചാൽ ഈ ലോകം

എത്ര മികച്ചതാവും അല്ലേ?

ഇന്ന് സ്ക്കൂളിലെ എല്ലാ കുട്ടികൾക്കും ഉച്ചഭക്ഷണത്തിനു ശേഷം പായസവിതരണം ഉണ്ടാകും. അതു നിങ്ങൾക്കുള്ള എന്റെ ചെറിയ ഒരു സമ്മാനമാണ്.

എല്ലാ കുട്ടികൾക്കും, അവരോടൊപ്പം ചേർന്നു പ്രവർത്തിച്ച ഈ സ്ക്കൂളിന്റെ എല്ലാമെല്ലാമായ ഹെഡ്മിസ്ട്രസ് ശാന്തി ടീച്ചർ, ഏറെ ബഹുമാനപ്പെട്ട ജോസഫ് സാർ, മറ്റ് എല്ലാ അദ്ധ്യാപകർക്കും അവർക്കു കൂട്ടായി നിന്ന പിടിഎ അംഗങ്ങൾക്കും എന്റെ അഭിനന്ദനങ്ങൾ.'

സാർ പ്രസംഗിച്ചു തീർന്നപ്പോൾ ദീർഘനേരം നീണ്ട കൈയ്യടി ഉയർന്നു.

തുടർന്ന് നന്ദി വാക്കുപറഞ്ഞ് അസംബ്ലി പിരിഞ്ഞു കഴിഞ്ഞപ്പോൾ ഡിഇഒ മീനുവിനെ വിളിപ്പിച്ചു.

അദ്ദേഹം അവളുടെ കാലിലെ മുറിവുകൾ കണ്ടു.

നെറ്റിയിലെ പാട് തൊട്ടു നോക്കി.

അവളുടെ മുതുകിൽ തട്ടി അഭിനന്ദിച്ചു.

പിന്നെ, ബാലസാഹിത്യ കൃതികൾ നിറച്ച ഒരു സമ്മാനപ്പെട്ടി അവൾക്കു നൽകി.

അത് അമ്മയെ ഏൽപ്പിച്ച് ക്ലാസിലേക്കു മടങ്ങുമ്പോൾ അവളുടെ മുഖത്തു വിടർന്നത് സൗന്ദര്യം നിറഞ്ഞൊരു ആഹ്ലാദ പുഞ്ചിരി ആയിരുന്നു. അതവൾക്ക് അസാമാന്യസൗന്ദര്യം വിടർത്തി.

15
ലഹരിമരുന്ന് പിടിമുറുക്കുന്ന വിധം

ഡി.ഇ.ഒ വന്നു പോയതിനു പിന്നാലെ സ്ക്കൂളിൽ ചില നവീകരണ പ്രവർത്തനങ്ങൾ കൂടി നടന്നു.

മതിൽ ഉയർത്തിക്കെട്ടി, കാടും പടലും വെട്ടിമാറ്റി വൃത്തിയാക്കി, സിസിടിവി ക്യാമറ സ്ഥാപിച്ചു.

അതിലെ ദൃശ്യങ്ങൾ പ്രധാന അദ്ധ്യാപികയുടെയും മുതിർന്ന അദ്ധ്യാപകരുടെയും ഫോണുമായി ബന്ധിച്ചു.

ഒരു കൃഷിത്തോട്ടം, ഒരുക്കാൻ വേണ്ട കാര്യങ്ങൾ കുട്ടികളുടെ പങ്കാളിത്തത്തോടെ പി.ടി.എ മുന്നിട്ടിറങ്ങി ചെയ്തു.

അതൊരു വലിയ മാറ്റം വിരലിലെണ്ണാവുന്ന ദിവസം കൊണ്ട് ഉണ്ടാക്കി.

ഓരോ ക്ലാസുകാർക്കും ഒരു തോട്ടം. ഒരു ക്ലാസിന്റെ തോട്ടത്തിൽ ചീരയാണെങ്കിൽ അടുത്തതിൽ മുളക്, അടുത്തതിൽ തക്കാളി. കുട്ടികൾക്ക് വലിയ താൽപര്യമായി അത്.

പിന്നീടാണ് ശാന്തി ടീച്ചർ, സ്ഥലത്തെ ആരോഗ്യകേന്ദ്രത്തിൽ പുതുതായി ചാർജ് എടുത്ത ഡോ. അനിതയെ ചെന്നു കണ്ടത്. മയക്കുമരുന്നിന് അടിമപ്പെടുന്ന കുട്ടികളെ എങ്ങനെയാണ് സംരക്ഷിക്കേണ്ടത് എന്നതായിരുന്നു ടീച്ചറിന്റെ സംശയം.

ആ സംശയങ്ങൾക്ക് ഉത്തരം കിട്ടിയപ്പോൾ, ടീച്ചർ തന്റെ സ്ക്കൂളിൽ കുട്ടികളോടു സംവദിക്കാൻ ഡോക്ടറെ ക്ഷണിച്ചു. ആദ്യം പത്താം ക്ലാസിലെ വിദ്യാർത്ഥികൾക്കും അവരുടെ രക്ഷിതാക്കൾക്കും വേണ്ടി ഒരു ക്ലാസ്.

തുടർന്ന് മറ്റു ക്ലാസ്സുകൾക്കും.

അത്രയേറെ കുട്ടികളെ ഒരുമിച്ച് ഇരുത്താൻ പ്രയാസമായതിനാൽ ആണ് ഓരോ ക്ലാസിനും പ്രത്യേകമായി മതി എന്നു തീരുമാനിച്ചത്.

അങ്ങനെ ആ വെള്ളിയാഴ്ച ഉച്ച ഊണിനു ശേഷം ഡോക്ടർ എത്തി.

സ്ക്കൂളിലെ എട്ടാം ക്ലാസുകൾ നടക്കുന്നത് വലിയൊരു ഹാൾ തട്ടികൊണ്ടു മറച്ചാണ്.

ആ തട്ടികൾ മാറ്റി വെച്ചാൽ അതൊരു വലിയ ഹാൾ ആയി മാറും. എട്ടാം ക്ലാസുകാരെ മറ്റ് ക്ലാസുകളിലേക്ക് ഇരുത്തി ഒരുക്കിയെടുത്ത ഹാളിലേക്ക് ഡോക്ടറും ശാന്തി ടീച്ചറും രണ്ടു മൂന്ന് അദ്ധ്യാപകരും എത്തി.

പത്താം ക്ലാസിലെ അഞ്ചു ഡിവിഷനിലെ കുട്ടികളും കുറേ പേരുടെ രക്ഷിതാക്കളും ഉണ്ട്.

ഡോക്ടറെ പരിചയപ്പെടുത്തിക്കഴിഞ്ഞ് ശാന്തി ടീച്ചറും കേൾവിക്കാരിയായി കുട്ടികൾക്കൊപ്പം ഇരുന്നു.

ഡോക്ടർ സംസാരിക്കാൻ തുടങ്ങി.

കുട്ടികൾക്കും രക്ഷാകർത്താക്കൾക്കും അദ്ധ്യാപകർക്കും ചോദ്യം ചോദിക്കാം.

അവയുടെ ഉത്തരം താൻ പറയും.

ഇതായിരുന്നു ഡോക്ടർ മുന്നോട്ടുവെച്ച നിർദ്ദേശം.

ആദ്യത്തെ ചോദ്യം പത്ത് എയിലെ അഖിലിന്റേതായിരുന്നു.

'ഡോക്ടർ, എങ്ങനെയാണ് വിദ്യാർത്ഥികൾക്ക് ഈ ലഹരികൾ ലഭിക്കുന്നത്? ആരാണ് ഇവ നൽകുന്നത്? അപരിചിതർ നൽകു

ന്നവ ഞങ്ങൾ വാങ്ങില്ല. അപ്പോൾ ഇതെങ്ങനെ?'

'അഖിൽ, നല്ല ചോദ്യം. ഞാൻ പറയണം എന്നു കരുതിയ ഒരു കാര്യമാണത്. ആരാണ് ലഹരി മരുന്നുകൾ നിങ്ങൾക്കു നൽകുന്നത്? അപരിചിതർ ആണോ?

അല്ലേ, അല്ല. നിങ്ങൾ ഓർക്കേണ്ടത് ഒരിക്കലും ഒരു അപരിചിതനോ അപരിചിതയ്ക്കോ നിങ്ങൾക്ക് മയക്കുമരുന്ന് അടങ്ങിയ ഒന്നും തരാൻ കഴിയില്ല. നിങ്ങൾക്കു പരിചയമുള്ളവർ, അത് കൂട്ടുകാരാവാം, കൂട്ടുകാരുടെ അടുത്ത ബന്ധുക്കളാവാം, നമ്മുടെ തന്നെ ബന്ധുക്കളോ, നമ്മുടെ വീട്ടിലെ മറ്റ് അംഗങ്ങളുടെ പരിചയക്കാരോ ആകാം.

അതായത് ഏതെങ്കിലും വിധത്തിൽ ഒരു പരിചയവും, നിങ്ങളോട് ഇടപഴകാൻ സൗകര്യവും ഉള്ളവരാകും നമ്മളെ ഈ ചതിക്കുഴിയിലേക്കു വലിച്ച് ഇടുന്നത്. ഒരു കാര്യം കൂടിയുണ്ട് നമ്മളെ ക്ഷണിക്കുന്നവർക്ക് അറിയില്ല കേട്ടോ അവർ അപകടത്തിൽ പെട്ടുകിടക്കുകയാണെന്ന്. ഒന്ന് ഉറപ്പിച്ചോളൂ ഏതെങ്കിലും വിധത്തിൽ നിങ്ങളെ അറിയുന്നവർ തന്നെയാണ് നിങ്ങൾക്കു മുന്നിൽ ലഹരിയുമായി എത്തുക.'

'അപ്പോൾ എങ്ങനെയാണ് ഞങ്ങൾ ഇതിൽ നിന്നും രക്ഷപ്പെടുക?'

ചോദ്യം വന്നത് ഇ ഡിവിഷനിലെ അർച്ചനയിൽ നിന്നാണ്.

'ഗുഡ്, എങ്ങനെയാണ് നമ്മൾ ചതിക്കുഴികൾ തിരിച്ചറിയുക? പറയാം, നിങ്ങൾ കുട്ടികൾക്ക് മയക്കുമരുന്ന് ദോഷകരമാണ് എന്ന അറിവു കിട്ടിയത് എങ്ങനെയാണ്? അദ്ധ്യാപകരിൽ നിന്ന്, വീട്ടുകാരിൽ നിന്ന്, മാധ്യമങ്ങളിൽ നിന്ന് ഒക്കെ അല്ലേ? അപ്പോൾ അടിസ്ഥാനപരമായി ഇതൊരു തെറ്റാണ് എന്നു നിങ്ങൾക്ക് അറിയാം. ഇനി ഇത്തരം ഒന്നിലേക്ക് നിങ്ങൾ എങ്ങനെയാണ് വീണുപോകുന്നത് എന്നു കൂടിപ്പറയാം.

ഉദാഹരണം ഒന്ന്

നിങ്ങളുടെ കൂട്ടുകാരനോ, ആ കൂട്ടുകാരന്റെ കൂട്ടുകാരനോ, ബന്ധുക്കളായ ചേട്ടന്മാരോ ചേച്ചിമാരോ നിങ്ങളോടു പറയുകയാണ്, എന്റെ കൈയ്യിലൊരു പൊടിയുണ്ട്, അല്ലെങ്കിൽ ഗുളികയോ മിഠായിയോ ഉണ്ട്, അതുമല്ലെങ്കിൽ ഒരു സ്റ്റാമ്പ് ഉണ്ട്, അത് ഉപയോഗിച്ചാൽ നല്ല ഓർമശക്തി ഉണ്ടാകും, നന്നായി പഠിക്കാം എന്നൊക്കെ.

അപ്പോൾ നിങ്ങൾക്ക് അതിലൊരു താൽപര്യം വന്നു, എന്തു

കൊണ്ട്? അത് പഠിക്കാൻ സഹായിക്കും.

അപ്പോൾ കഷ്ടപ്പാട് കുറയും. അല്ലേ?

നിങ്ങൾക്ക് അറിയാം ഇത് തെറ്റാണ് എന്ന്.

എന്നാലും ഒരു ആകാംക്ഷ, എന്താണ് അത് എന്ന് അറിയണം. അവർ പറയും ഇതെല്ലാവരും ഉപയോഗിക്കുന്നുണ്ടെന്ന്, നിങ്ങൾക്ക് അറിയാം അത് കളവാണെന്ന്, എന്നാലും നിങ്ങൾ അവർ പറയുന്നത് വിശ്വസിക്കും. കാര്യമെന്താ? ഒരു കൗതുകം, ഒരു തമാശ, ഒരു രസം, പിന്നെ അഥവാ പഠിക്കാനത് സഹായിച്ചാലോ എന്ന ചിന്ത. ഇതാണ് ലഹരിയിലേക്കുള്ള ആദ്യ ചായൽ.

ഇവിടെ ഒരു ചോദ്യം ഉണ്ട്, യഥാർത്ഥത്തിൽ ആരാണ് ലഹരിയിലേക്ക് നിങ്ങളെ കൂട്ടുന്നത്? നിങ്ങളുടെ സ്വന്തം മനസ്സോ, അതോ കൂട്ടുകാരനോ?

ഉത്തരം പറയാൻ സമയം തരാം.

ഉദാഹരണം രണ്ട്

നിങ്ങൾക്ക് പഠിക്കാൻ തീരെ താൽപര്യമില്ല. ഹോം വർക്ക് ചെയ്യാൻ വയ്യ, പരീക്ഷക്ക് പഠിക്കാൻ വയ്യ. എങ്ങനെയെങ്കിലും പത്താം ക്ലാസ് കടന്നു കൂടണം, വല്ല പണിയും ചെയ്യണം ഇങ്ങനെ ആഗ്രഹമുള്ള എത്ര പേരുണ്ട്? ഒന്നു കൈ പൊക്കാമോ?

ആരും കൈ പൊക്കിയില്ല.

ശരി, അപ്പോൾ എല്ലാവർക്കും പഠിക്കാൻ താൽപര്യമുണ്ട്. പക്ഷേ, വല്ലാത്ത പാടാണ് കണക്ക്, ഇംഗ്ലീഷ്, സയൻസ് ഒക്കെ, അപ്പുറത്തെ വീട്ടിലെ ചേട്ടനെ കണ്ടിട്ടുണ്ടോ, സ്പീഡിൽ ബൈക്കിൽ കറങ്ങുന്ന ചേട്ടനാണ് എന്റെ താരം, ഇതുപോലെ ചിന്തിച്ചിട്ടുള്ളവർ കൈ പൊക്കണ്ട, പക്ഷേ ഈ കൂട്ടത്തിൽ ഉണ്ടാവും ഇല്ലേ?

ആരും ഒന്നും മിണ്ടിയില്ല.

ശരീ ഞാൻ പറയാം, അത്തരത്തിൽ സ്വപ്ന ലോകത്തു ജീവിക്കുന്ന കുട്ടികളുടെ മുന്നിൽ ഇത്തരം ലഹരി ചേട്ടന്മാരോ ചേച്ചിമാരോ വന്നാലോ? അവർ കൂടുതലൊന്നും പറയണ്ട, നമ്മൾ തയ്യാറെടുത്തു നിൽക്കുയാണ് അവരുടെ വലയിലേക്കു വീഴാൻ.

ആദ്യത്തെ ചോദ്യം ഈ ഉദാഹരണത്തിനും ബാധകമാണ്, ആരാണ് ലഹരി എന്നത് തെരഞ്ഞെടുക്കുന്നത്?

ഇനി അടുത്ത ഉദാഹരണം

വീട്ടിൽ നല്ല സൗകര്യം. ആവശ്യത്തിനു കാശ്, പഠിച്ചിട്ട് എന്തു ചെയ്യാനാ എന്ന ചിന്ത, അതുമല്ലെങ്കിൽ വീട്ടിൽ എല്ലാവരും ഒറ്റപ്പെ

ടുത്തുന്നു, കുറ്റം പറയുന്നു എല്ലാത്തിൽ നിന്നും രക്ഷപ്പെടണം... വഴി?

അവർക്കു മുന്നിലും ആരെങ്കിലും ലഹരിയുമായി വന്നുപെട്ടാൽ അവർ അതിൽ പെട്ടുപോകില്ലേ?

ഇനി ചിലർ വീട്ടിലെ ദാരിദ്ര്യമാകും കാരണമാക്കുക.

അപ്പോൾ ദാരിദ്ര്യമോ, പഠനത്തിലെ മികവോ, ചില വ്യക്തിക ളുടെ കടന്നുവരവോ ഒന്നുമല്ല കാര്യങ്ങൾ തീരുമാനിക്കുന്നത്.

അല്ലേ?

അപ്പോ പറഞ്ഞേ ആരാ ശരിക്കും ഇക്കാര്യത്തിൽ പ്രതി?

നിങ്ങൾ പറഞ്ഞേ...'

കുട്ടികൾ കോറസ്സായി പറഞ്ഞു, 'നമ്മൾ, നമ്മളുടെ മനസ്സ്.'

'അപ്പോൾ അതു മനസ്സിലായല്ലോ. നിങ്ങളുടെ ജീവിതത്തിൽ ഇതു പഠിക്കേണ്ട സമയമാണ്. എല്ലാവർക്കും റാങ്ക് വാങ്ങാൻ പറ്റി ല്ല, ഫുൾ എ പ്ലസ് കിട്ടില്ല, പക്ഷേ പരീക്ഷ ജയിക്കാൻ പറ്റും. ഇല്ലേ? അതാണ് ഇപ്പോൾ നിങ്ങൾ ചെയ്യേണ്ടത്. അതിനു സഹായിക്കാ നാണ് വീട്ടുകാരും ടീച്ചേഴ്സും, എല്ലാവരും.'

അടുത്ത ചോദ്യം ഉടനെത്തി.

അത് ബി ഡിവിഷനിൽ പഠിക്കുന്ന സെബിൻ ആയിരുന്നു.

'ഡോക്ടർ, അഥവാ ഒരു പ്രാവശ്യം ഒന്ന് ലഹരി ഉപയോഗിച്ചാൽ എന്തെങ്കിലും പറ്റുമോ?'

'മോനേ സെബിൻ, നീ ഉപയോഗിക്കുകയെങ്ങാനും ചെയ്തോ?'

ഡോക്ടർ ചിരിച്ചു കൊണ്ടു ചോദിച്ചു.

'ഇല്ല ഇല്ല, ഞാൻ ചോദിച്ചുവെന്നേ.. ' സെബിൻ ആകെ പതറി.

'സാരമില്ല മോനേ, നീ ചോദിച്ചത് വളരെ നല്ല ചോദ്യമാണ്. ഈ ചോദ്യത്തിന്റെ ഉത്തരം ശ്രദ്ധിച്ചു കേൾക്കേണ്ടത് അദ്ധ്യാപ കരും വീട്ടുകാരും ആണ്. ഇത് മയക്കുമരുന്നിനെക്കുറിച്ചാണു നമ്മൾ സംസാരിക്കുന്നത്. മദ്യത്തെക്കുറിച്ചല്ല, സിഗററ്റിനെക്കു റിച്ചല്ല, അവയൊക്കെ ഒന്നോ രണ്ടോ തവണ ഉപയോഗിച്ചതു കൊണ്ട് അതിഭീകരമായ പ്രത്യാഘാതം ഉണ്ടാകില്ല. എന്നാൽ സിന്തറ്റിക് മയക്കുമരുന്നുകൾ ചേർന്ന മിഠായി, ബിസ്ക്കറ്റ്, മൂക്കി ലേക്കു നേരിട്ടു വലിച്ചു കയറ്റുന്ന പൊടികൾ, ഇഞ്ചക്ഷനുകൾ, കണ്ണിലെഴുതുന്ന കൺമഷി രൂപത്തിലും, കാലിനടിയിൽ മുറിവു ണ്ടാക്കി നേരിട്ടു രക്തത്തിൽ കലർത്തുന്നതു പോലുള്ള മാരക മായ ലഹരികൾ ഉണ്ട്. അവയെക്കുറിച്ചാണ് പറയുന്നത്. അവ ഒരു തവണ ഉപയോഗിച്ചാലും പ്രശ്നമാണ്.'

'അതെങ്ങനെ ഡോക്ടർ? ആ ചോദ്യം അമൃതയുടേതായിരുന്നു.

'അതെ, പറയാം ഞാൻ. അപ്പോൾ ലഹരി നമ്മളെ ഏതെല്ലാം വിധത്തിൽ ബാധിക്കുന്നുവെന്ന് അറിയണം. ഫിസിക്കലി, അത് വിഷം എങ്ങനെയൊക്കെ ബോധിക്കുമോ അതുപോലെ തന്നെയാണ് ശരീരത്തെ ബാധിക്കുക. ലഹരി മരുന്നുകൾ വിഷമാണ്. അതുപക്ഷേ, നിന്ന നിൽപ്പിൽ ആളെ കൊല്ലില്ല, എന്നാൽ സ്ഥിരമായി ഉപയോഗിച്ചാൽ എപ്പോൾ എങ്ങനെ മരിക്കുമെന്നു പറയാനും പറ്റില്ല. ചിലത് നമ്മുടെ ഹാർട്ട് ബീറ്റ് കൂട്ടും. ചിലത് ഹാർട്ട് ബീറ്റ് കുറയ്ക്കും, പൊതുവേ ഇവ ശ്വാസഗതി കൂട്ടും, പിന്നെ അടുത്ത ഘട്ടം മാനസികമായ മാറ്റങ്ങളാണ്. ഇല്ലാത്തത് ഉണ്ടെന്നു തോന്നും, തീർത്തും അസാധ്യമായത് ചെയ്യാൻ ശ്രമിക്കും, ഭയങ്കര എനർജി ആയിരിക്കും, ഇനി ഈ അവസ്ഥയുടെ അപകടം കൂടിപ്പറയാം. ലഹരി ഉപയോഗിക്കുന്നവർക്ക് വേഗത, ഉയരം തുടങ്ങിയ ബോധം ഒട്ടും ഉണ്ടാകില്ല. പൊട്ടിപ്പൊളിഞ്ഞ റോഡിലൂടെ നൂറ്റമ്പത് കിലോമീറ്റർ വേഗതയിൽ പായാൻ പറഞ്ഞാൽ അവർ ചെയ്യും. കാരണം അതുണ്ടാക്കുന്ന അപകടത്തെക്കുറിച്ച് ബോധമില്ല. അപകടത്തിൽപ്പെടും. നീന്തൽ അറിയാതെ നീന്താനിറങ്ങും മുങ്ങിച്ചാവും, മരം കയറ്റമറിയാതെ അതിനു ശ്രമിക്കും വീഴും എല്ലൊടിയും. ഇനി ഇതിനേക്കാൾ മാരകമായ അവസ്ഥ എന്താണെന്നോ? ഇത് ഒരിക്കൽ ഉപയോഗിച്ചാൽ നമ്മുടെ നിയന്ത്രണം ആ മരുന്ന് ഏറ്റെടുക്കും എന്നതാണ്. പിന്നെ ജീവിതം എങ്ങനെയും ലഹരി ഉപയോഗിക്കാൻ വേണ്ടി മാത്രമാകും.'

'ഡോക്ടർ, ഒന്നുകൂടി വിശദമാക്കി പറയാമോ?'

ഒരു രക്ഷിതാവിന്റേതായിരുന്നു ചോദ്യം.

'പറയാം, എല്ലാവരും ശ്രദ്ധിക്കൂ, മനുഷ്യരിലെ മനസ്സിൽ മൂന്ന് തലങ്ങൾ ഉണ്ട്. ഹൈസ്ക്കൂൾ ക്ലാസിലെ കുട്ടികൾക്ക് ഇതു മനസ്സിലാക്കാൻ ബുദ്ധിമുട്ട് ഉണ്ടാകില്ല.

ഇഡ്, ഈഗോ, സൂപ്പർ ഈഗോ എന്നിവയാണു ആ മൂന്നു തലങ്ങൾ. മനുഷ്യർക്കും മൃഗങ്ങൾക്കും കോമൺ ആയി ഉള്ളതാണ് ഇഡ്. അതായത് വിശപ്പ് ദാഹം, കാമം, ക്രോധം, ഭയം തുടങ്ങിയ അടിസ്ഥാന വികാരങ്ങൾ. ഒരു പൂച്ചയെ നോക്കൂ, പൂച്ചക്കും വിശക്കും, നമുക്കും വിശക്കും ഇല്ലേ? അതുപോലെ ഓരോ അടിസ്ഥാന വികാരങ്ങളും. ഈ ഘട്ടത്തിൽ നമ്മൾ മനുഷ്യരും മൃഗങ്ങളും ഒരേ തലത്തിലാണ്. മൃഗങ്ങൾ തന്നെ.

എന്നാൽ അടുത്ത ഘട്ടത്തിൽ മൃഗങ്ങൾക്ക് ഇല്ലാത്ത സവിശേ

ഷതകൾ മനുഷ്യനു കൈവരുന്നു. നമുക്ക് വിവേകവും, വിവേചന ബുദ്ധിയും പ്രവർത്തിച്ചു തുടങ്ങുന്നു. കാര്യങ്ങളെ അപഗ്രഥിക്കാനുള്ള ആ വിവേകവും വിവേചനവും ആണ് ലഹരി മരുന്നുകൾ ഇല്ലാതാക്കുന്നത്. അവ ഇല്ലാതാകുമ്പോൾ നമ്മൾ ആർക്കു തുല്യമാകും?'

'മൃഗങ്ങൾക്കു തുല്യം.' മറുപടിയും കുട്ടികൾ പറഞ്ഞു.

'അതെ, അപ്പോഴാണ് അവർ നിസ്സാര തർക്കത്തിന് മുന്നിൽ നിൽക്കുന്നവരെ കുത്തിക്കൊല്ലുന്നത്, തല്ലുണ്ടാക്കുന്നത്, ചവിട്ടി കൊല്ലുന്നത്, വളരെ മൃഗീയമായി കൊല്ലുന്നതും റേപ്പ് ചെയ്യുന്നതും ഒക്കെ. മോഷണത്തിനും പിടിച്ചുപറിക്കും യാതൊരു മടിയും ഇല്ലാതാവും.'

ഇനി അമൃതയുടെ ചോദ്യത്തിലേക്ക്, സിന്തറ്റിക് ലഹരികൾ നമ്മുടെ നാഡീവ്യൂഹത്തെയാണ് ബാധിക്കുന്നത്. അതായത് തലച്ചോറിനെ. വിവേചനബുദ്ധിയുടെ കഥ കഴിഞ്ഞാൽ പിന്നെ നമ്മൾ ആരോടാ പറയുക ലഹരി ഉപയോഗിക്കരുത് എന്ന്?'

'ലഹരിയോട്... അല്ലേ ഡോക്ടർ?'

'അതെ, ലഹരി നിയന്ത്രിക്കുന്ന മനസ്സുള്ള ഒരാൾക്ക് സ്വബോധം ഇല്ല, അപ്പോൾ ഉപദേശങ്ങളും, അപേക്ഷയും ഭീഷണിയും കൊണ്ടൊന്നും ഒരു ഫലവും ഉണ്ടാകില്ല.'

'അപ്പോൾ അവരെ രക്ഷിക്കാനാകില്ലേ?'

'ലഹരിവിമുക്തമാക്കാനുള്ള ചികിത്സ തന്നെ നൽകണം. അത് വേഗത്തിൽ നടക്കുന്ന ഒന്നല്ല. വളരെ സമയം എടുക്കുന്ന ഒന്നാണത്. മാത്രവുമല്ല, ഒരു തലവേദന വന്നാൽ ഒരു ഗുളിക കഴിച്ച് വേദന മാറ്റുന്ന പോലെയല്ല, ഇവിടെ. ഒരാൾക്ക് ലഹരി വിമുക്ത ചികിത്സ നൽകിയാലും ഓർക്കണം, ലഹരിയിലേക്കു നയിച്ച മനുഷ്യർ ചുറ്റുമുണ്ടെന്ന്, അവർ ലഹരിയുടെ രുചി ഒരിക്കൽ അറിഞ്ഞവരാണ്, എപ്പോൾ വേണമെങ്കിലും കൈവിട്ടു പോകാം. അപ്പോൾ വീട്ടുകാരുടെ, കൂട്ടുകാരുടെ, അയൽക്കാരുടെ, സ്ക്കൂളിലാണെങ്കിൽ, അദ്ധ്യാപകരുടെ ഒക്കെ ശ്രദ്ധ ഇവർക്കു മേലെ വേണം. സദാ ശ്രദ്ധയുള്ള സമൂഹം കൂടെ വേണം എന്നു ചുരുക്കം. അപ്പോൾ ഒരു തവണ ലഹരി രുചിച്ചാലും സംഗതി നിസ്സാരമല്ലെന്നു പിടികിട്ടിയോ?' ഡോക്ടർ ചോദിച്ചു.

എല്ലാവരും അതു സമ്മതിച്ചു.

ഡോക്ടർ തുടർന്നു, 'നോക്കൂ, നമുക്കു തോന്നും ഇതിലെന്താ ഇത്ര പ്രശ്നമെന്ന്. പക്ഷേ, ലഹരി മരുന്നുകൾ, അതു മനുഷ്യരി

ലെ മനുഷ്യത്വമാണ് ആദ്യം ഇല്ലാതാക്കുക. പിന്നെ അവരെ നമുക്കു ഉപദേശിച്ചു നന്നാക്കാൻ പറ്റുമോ? ഇല്ല. മരുന്നു തന്നെ വേണം. മനസ്സിനൊപ്പം ശരീരത്തിനും മാരക രോഗങ്ങൾ വരാം. വലിയ കാലം ജീവിച്ചുവെന്നും വരില്ല.

നോക്കൂ കുട്ടികളേ, നമ്മുടെ അച്ഛനമ്മമാർ ആർക്കു വേണ്ടിയാണ് ജീവിക്കുന്നത്? നമുക്കു വേണ്ടി. അല്ലേ? അവരുടെ വയസ്സുകാലത്ത്, പണ്ടു കുഞ്ഞായിരിക്കുന്ന നമ്മളെ കൈ പിടിച്ചു നടത്തിയതു പോലെ നമ്മൾ അവരെ സംരക്ഷിക്കേണ്ടവരാണ്. അങ്ങനെയുള്ള നമ്മൾ ലഹരിയ്ക്ക് അടിമപ്പെട്ടാൽ അവർക്കു മറ്റാരുണ്ട്? അതു മാത്രമോ, ഒരു രാജ്യത്തെ പൗരന്മാർ മുഴുവൻ ലഹരിയിലായാൽ, പിന്നെ ആ രാജ്യമുണ്ടോ? അപ്പോൾ ഇനി ഞാനൊരു ചോദ്യം ചോദിക്കട്ടെ? നിങ്ങൾ ആരെങ്കിലും ഈ ലഹരി ഉപയോഗിക്കുമോ?'

'ഇല്ല, ഞങ്ങൾ ഉപയോഗിക്കില്ല.' എല്ലാവരും ഒന്നിച്ചാണ് പറഞ്ഞത്. അതിനു ശേഷം ഡോക്ടർ, കുട്ടികളെ കളിക്കാൻ പുറത്തേക്കു വിട്ടു. പിന്നെ, അദ്ധ്യാപകരോടും രക്ഷിതാക്കളോടും മാത്രമായി ചില കാര്യങ്ങൾ ഓർമ്മിപ്പിച്ചു.

'അദ്ധ്യാപകരും രക്ഷകർത്താക്കളും, കുട്ടികളുടെ കാര്യത്തിൽ ഒറ്റക്കെട്ടായി നിൽക്കേണ്ട കാലമാണിത്. പരസ്പരം യോജിച്ചു പ്രവർത്തിക്കേണ്ട കാലം. നമ്മുടെ മക്കൾ എന്തു ചെയ്യുന്നു, എവിടെപ്പോകുന്നു, ആരാണവരുടെ കൂട്ടുകാർ, പഠനത്തിൽ വരുന്ന മാറ്റങ്ങൾ ഒക്കെ വീട്ടുകാർ അറിയണം. അവരുടെ ബാഗിൽ എന്താണെന്ന് നിങ്ങൾക്ക് അറിയാമോ? എങ്ങനെയാണ് കുട്ടികളുടെ കൈവശം അധികം പണം വരുന്നത്? ഇതൊക്കെ നിങ്ങൾ അറിയണം. ആൺകുട്ടിയാകട്ടെ പെൺകുട്ടിയാകട്ടെ, അവർ നമ്മുടെ മക്കളല്ലേ? അദ്ധ്യാപകരും ശ്രദ്ധിക്കണം, പഠനത്തിൽ ശ്രദ്ധക്കുറവുള്ളവരെ കൃത്യമായി നിരീക്ഷിക്കണം. അവരുടെ വീട്ടുകാരോട് കാര്യങ്ങൾ പറയണം. കുട്ടികളിൽ പൊടുന്നനെ ഉണ്ടാകുന്ന മാറ്റങ്ങൾ നിസ്സാരമാക്കരുത്. പരസ്പരം കുറ്റം പറയാതെ, സഹകരിച്ചു മുന്നോട്ടു പോകാനാകണം.'

ഡോക്ടർ പറഞ്ഞ് നിർത്തിയപ്പോൾ സ്ക്കൂളിന്റെ ഭാഗത്തു നിന്നും ഒരു ഉപഹാരം നൽകി നന്ദി രേഖപ്പെടുത്തി. ഏതു സഹായത്തിനും ഒപ്പമുണ്ടെന്നു പറഞ്ഞാണ് ഡോക്ടർ മടങ്ങിയത്.

അന്നത്തെ ദിവസം ഏറെ സന്തോഷത്തോടെയാണ് ശാന്തി ടീച്ചറും മറ്റ് അദ്ധ്യാപകരും വീട്ടിലേക്കു മടങ്ങിയത്.

16
കാർമേഘം ഒഴിഞ്ഞ വാനം

ദിവസങ്ങൾ കടന്നു പോയിരിക്കുന്നു. ഓണപ്പരീക്ഷയും കഴിഞ്ഞ് ക്രിസ്മസ് അവധിക്കാലം വരുന്നു. പരീക്ഷയ്ക്കു തൊട്ടു മുൻപ്, സ്കൂളിന് ഒരു അഭിമാനനേട്ടം ഉണ്ടായി.

അത് സംസ്ഥാന കായിക മേളയിൽ ആയിരുന്നു.

ഒമ്പതാം ക്ലാസിലെ അഭിറാം, ജില്ലാ തലത്തിൽ ഹൈ ജംപിൽ വിജയിച്ച് സംസ്ഥാന തലത്തിൽ പങ്കെടുക്കുകയും, അതിൽ മൂന്നാം സ്ഥാനം നേടുകയും ചെയ്തു.

അഭിറാമിന്റെ പഠനകാര്യങ്ങളും സ്പോർട്സുമായി ബന്ധപ്പെട്ട കാര്യങ്ങളും ജോസഫ് സാറിന്റെ നിർദ്ദേശപ്രകാരം സ്കൂൾ നേരിട്ട് ഏറ്റെടുത്തു. കായികാദ്ധ്യാപകനായ ജോബി സാർ അവന്റെ ട്രെയിനർ ആയി.

മാസങ്ങൾ നീണ്ട തയ്യാറെടുപ്പിലാണ് അവൻ നേട്ടം കൊയ്തത്. അതൊരു വലിയ ആഘോഷമാക്കി സ്കൂൾ.

അഭിറാമിന് ഏറെ അഭിമാനത്തോടെ അസംബ്ലിയിൽ തല ഉയർത്തി നിൽക്കാനായി. പി.ടി.എ നൽകിയ പ്രത്യേക സ്വർണപ്പതക്കം സ്വീകരിച്ച ശേഷം അവൻ ക്ലാസിലേക്കു മടങ്ങി.

ഇതേ സമയം മിന്നുവിന്റെ മുറിവുകൾ ഭേദമായി.

വലതു കാൽമുട്ടിലെ ഒരു ഉരഞ്ഞ പാട് ഒഴിച്ച് മറ്റൊന്നും ഇപ്പോൾ കാണാനില്ല.

അവൾ പഴയതുപോലെ വികൃതി കാട്ടി അമ്മയുടെ വഴക്കു കേട്ട്, അച്ഛന്റെ പുന്നാരയായി നടക്കുകയാണ്.

അന്ന് ഇന്റർവെല്ലിനു പുറത്തേക്ക് ഇറങ്ങിയതായിരുന്നു മിന്നു. പെട്ടെന്നു മുന്നിൽ ഒരാൾ.

നോക്കുമ്പോൾ അഭിറാം ആണ്. അവൾ ഒന്നു ഞെട്ടി.

അവൻ അവളോടു പറഞ്ഞു, ‘മോള് പേടിക്കണ്ട. ചേട്ടൻ ഉപദ്രവിക്കില്ല ആരേയും. കേട്ടോ. ഇതാ ഈ ചോക്ളേറ്റ് മോൾക്ക് ഉള്ളതാണ്. ചേട്ടനു കിട്ടിയ സമ്മാനത്തിന്റെ യഥാർത്ഥ കാരണം മോളാണ്. ഇതാ... ഒരു ചെറിയ സമ്മാനം. മോളിതു വാങ്ങണം.’

മിന്നു ഒന്നും മിണ്ടിയില്ല.

സത്യത്തിൽ അവളുടെ പേടി മാറിയിരുന്നില്ല.

മിന്നുവിന്റെ അടുത്തേക്ക് അപ്പോൾ അവളുടെ അമ്മയും അവളുടെ ക്ലാസ് ടീച്ചറും എത്തി.

'ധൈര്യമായി വാങ്ങിച്ചോളൂ മിന്നൂ. ചേട്ടൻ സന്തോഷത്തോടെ തന്നതല്ലേ?'

ടീച്ചർ പറഞ്ഞു.

അതുകേട്ട് അമ്മ തല കുലുക്കി അനുവാദം നൽകി.

അവൾ മിഠായിക്കു നേരെ കൈ നീട്ടി.

അവനത് അവർക്കു നൽകി.

അവൾ ചിരിച്ചു, പിന്നെ അതു തുറന്ന്, ചോക്ലേറ്റ് അടർത്തി ഒരു കഷണം അവനു നേരെ നീട്ടി.

അവനത് വാങ്ങി.

രണ്ടു പേരും പൊട്ടിച്ചിരിച്ചു.

ശാന്തി ടീച്ചർ ആകാശത്തേക്കു നോക്കി, സ്കൂളിനെ ബാധിച്ച കാർമേഘം അകന്നുപോയിരിക്കുന്നു.

ടീച്ചറിന്റെ മുഖത്തും പത്തരമാറ്റ് ചിരി വിടർന്നു.

○○